शरणकुमार लिंबाळेंची आत्मकथने

डॉ. विजयकुमार खंदारे

दिलीपराज प्रकाशन प्रा. लि.

२५१ क, शनिवार पेठ, पुणे - ४११०३०.

● **शरणकुमार लिंबाळेंची आत्मकथने**
  Sharankumar Limbalenchi Aatmakathane

● **प्रकाशक-**
  राजीव दत्तात्रय बर्वे
  मॅनेजिंग डायरेक्टर,
  दिलीपराज प्रकाशन प्रा. लि.,
  २५१ क, शनिवार पेठ, पुणे - ४११०३०.

● **website:** DiliprajPrakashan.com
  Email: diliprajprakashan@yahoo.com

● © **सौ. हेमलता वि. खंदारे**
  साईराज रेसिडेन्सी
  नवी सांगवी, पुणे - ४११०२७

● **प्रथमावृत्ती -** १५ जानेवारी २०१०

● **प्रकाशन क्रमांक -** १७४७

● **ISBN -** *978 - 81 - 7294 - 774 - 3*

● **मुद्रक**
  रेप्रो नॉलेज कास्ट लिमिटेड, ठाणे

● **टाईपसेटिंग**
  पितृछाया मुद्रणालय
  ९०९ रविवार पेठ, पुणे-४११००२

● **मुखपृष्ठ -** *शिरीष घाटे*

आईस...

मनोगत

शालेय जीवनात प्र. ई. सोनकांबळे आणि दया पवार यांच्या अभ्यासक्रमातील काही प्रसंगांनी मनात कायमचे घर केले आणि तेव्हापासून दलित आत्मकथनाच्या वाचनाची सवयच जडली. बी. ए. ला 'बलुतं' अभ्यासासाठी असल्यामुळे अनेक दलित आत्मकथनांचा डोळसपणे अभ्यासही झाला. पण खरा भारावून गेलो तो शरणकुमार लिंबाळे यांच्या 'अक्करमाशी'नं! मीही सोलापूर परिसरातलाच असल्यामुळे, 'अक्करमाशी'तल्या घटना, प्रसंग, व्यक्ती आणि समाज हा माझ्या नित्याच्या परिचयाचा. मित्रमंडळी त्यातील अश्लीलता, अनैतिक संबंध यांवर भर देऊन चर्चा आणि मनोरंजन करीत. मी मात्र उद्विग-अस्वस्थ होत असे. आजही आहे. 'अक्करमाशीवाले' ही शिवी आजही ऐकतो, पण चिडत नाही. कारण आयुष्यभर जो 'अक्करमाशा' म्हणून जगतो आहे, त्या लिंबाळेंनी काय करावं? शरणकुमार लिंबाळे यांच्या साहित्याचा अभ्यास करण्याचे मी ठरवले होते. डॉ. हरिश्चंद्र निर्मळे-सरांमुळे माझ्या ह्या अभ्यासाला एक दिशा मिळाली. त्यांच्या मार्गदर्शनामुळे लिंबाळेंच्या आत्मकथांचा मला अभ्यास करता आला. माझे मार्गदर्शक स्नेही डॉ. मनोहर जाधव ह्यांच्याशी वेळोवेळी केलेली चर्चा मला नेहमीच प्रेरणा देत राहिली आहे.

माझे मित्र प्रा. महादेव रोकडे, प्रा. डॉ. पांडुरंग भोसले, प्रा. डॉ. गणेश देशमुख, प्रा. राजेंद्र खंदारे, प्रा. सर्जेराव रणखांब, प्रा. प्रभाकर देसाई ह्यांचा मी आभारी आहे. त्यांची मैत्री व सहवास मला नेहमीच बळ देणारी आहे.

ज्यांच्यामुळं मी इथवर येऊन पोचलो, ते माझं प्रेरणास्थान ती. अण्णा!

आभारासाठी शब्द पुरत नाहीत, म्हणून ही एक ओळ केवळ त्यांच्यासाठीच ठेवतो. या सर्व कामात माझ्या पाठीशी ठामपणे उभी राहणारी माझी पत्नी सौ. हेमलता व कन्या पीयूषा यांचा उल्लेख केला नाही तर हे मनोगत पूर्ण होणार नाही.

दिलीपराज प्रकाशनचे श्री. राजीव बर्वे यांचाही मी आभारी आहे.

— विजयकुमार खंदारे

प्रस्तावना

दलित साहित्य प्रवाहातील आत्मकथन हा साहित्यप्रकार बहुचर्चित आणि लक्षवेधी ठरला आहे. अनेक दलित आत्मकथनांनी अलक्षित जीवन समोर आणले आणि भारतीय समाजव्यस्थेतील कळीचे अस्वस्थ करणारे प्रश्न उपस्थित केले. 'बलुतं', 'उपरा', 'उचल्या', 'अक्करमाशी' अशा अनेक आत्मकथनाचा उल्लेख करता येईल. या आत्मकथनांची वैशिष्ट्ये, त्यांची पृथगात्मकता, त्यांनी निर्माण केलेले प्रश्न आणि या सर्व आत्मकथनांमध्ये 'अक्करमाशी', बारामाशी', 'राणीमाशी' या आत्मकथनांचे वेगळेपण हे डॉ. विजयकुमार खंदारे यांनी प्रस्तुत पुस्तकात मांडले आहे. त्यांच्या या लेखनाला विद्यापिठीय संशोधनाची जोड मिळालेली आहे. 'दलित आत्मकथा : स्वरूप आणि वैशिष्ट्ये' या शीर्षकांतर्गत अनेक दलित आत्मकथनांचा त्यांनी आढावा घेतला आहे. हा आढावा धावत्या स्वरूपाचा असला तरी त्यामधून त्यांनी नोंदवलेली निरीक्षणे त्यांच्या अभ्यासदृष्टीची साक्ष देतात.

'अक्करमाशी' या आत्मकथनाची मात्र त्यांनी अतिशय नेमकेपणाने चर्चा केलेली आहे. या आत्मकथनाची बलस्थाने त्यांनी स्पष्ट करून सांगितली आहेत. या आत्मकथनातील व्यक्ति तदर्शने, सामाजिक जाणिवा आणि वास्तव भारतीय समाजव्यवस्थेने प्रधान केलेली भूक आणि दारिद्र्य 'अक्करमाशी'त चित्रित झालेल्या लैंगिकतेची कारणमीमांसा त्यांनी धीटपणे केली आहे. भारतीय समाजातील नीतिमत्तेसमोर 'अक्करमाशी' ने काही टोकदार प्रश्न उपस्थित केले. अनौरस म्हणून जन्म घेणाऱ्या अपत्याला हा समाज अप्रतिष्ठित कसा ठरवू शकतो, त्यात या अपत्याचा काय दोष आहे? असे धाडसाने लेखकाने या व्यवस्थेला विचारून संपूर्ण समाजव्यवस्था आरोपीच्या पिंजऱ्यात उभी केली आहे. 'अक्करमाशी' हे आत्मकथन लिहिण्यासाठी जो निर्भिडपणा लागतो तो आंबेडकरी विचार आणि चळवळीमुळे निर्माण झालेला आहे. सबंध मराठी साहित्यात ज्या साहित्यकृतींचा विशेष उल्लेख करायला हवा

सहा

अशा साहित्यकृतींपैकी 'अक्करमाशी' ही एक साहित्यकृती आहे आणि तिचे संशोधनात्मक विश्लेषण डॉ. विजयकुमार खंदारे यांनी केले आहे.

'बारामाशी' आणि 'राणीमाशी' ही क्रमश: नंतर आलेली आत्मकथने आहेत, यामधून लेखकाचा व्यक्ती म्हणून जो विकास झाला किंवा मर्यादांची जाणीव झाली त्याचे चित्रण येथे वाचायला मिळते. दलित मध्यमवर्गीयांचे प्रातिनिधिक चित्रण 'बारामाशी' मध्ये वाचायला मिळते. तर 'राणीमाशी' मध्ये दलित जाणिवा अस्पष्ट होत जातात आणि स्वकेंद्री जीवनानुभवांना येथे प्राधान्य मिळते. त्यामध्ये जीवनचित्रणाचा पारदर्शीपणा असला तरी त्यातूनही काही प्रश्न लेखकाने उपस्थित केले आहेत. 'सत्यकथन' ही आत्मकथनाची पूर्व अट असते आणि शरणकुमार लिंबाळे यांच्या या आत्मकथन मालिकेमध्ये याचा प्रत्यय येतो.

दलित आत्मकथनांची भाषा, त्यांची लेखनशैली, त्यामध्ये आलेल्या प्राक्कथा, कलात्मकता इत्यादी दृष्टिकोनातून डॉ. खंदारे यांनी चर्चा केली आहे. दलित आत्मकथनकार महाराष्ट्राच्या वेगवेगळ्या प्रदेशातून आलेले आहेत आणि जातिव्यवस्थेच्या उतरंडीमध्ये असणाऱ्या अनेक स्तरांतून आलेले आहेत. त्यामुळे प्रदेश विशिष्ट जातिनिहाय बोलीभाषा या आत्मकथनातून नकळतपणे अविष्कृत झाली आहे. या भाषाविशेषांमुळे भाषिक अभ्यासाचे एक नवे दालन समोर आले. मराठीला अपरिचित बरेच नवे शब्द आले. ग्रामीण भागातील भाषा, समाज, संस्कृती याचा एक पीळ भाषिक रूपाने समोर आला. पर्यायाने ही आत्मकथने केवळ साहित्याच्या अभ्यासाचे विषय राहिले नाहीत. तर मानववंशशास्त्र, समाजशास्त्र इत्यादी विद्याशाखांचे अभ्यासक या विषयाकडे वळले, अभ्यास क्षेत्रातील ही विलक्षण उपलब्धी म्हणावी लागेल. भाषिक अविष्कारातून आत्मकथनकाराचे व्यक्तिगत आणि सामाजिक व्यक्तिमत्त्व समोर आले, आणि या व्यक्तित्वाचीही दोन अपरिहार्य अंगे आहेत. अत्यंत आत्मविश्वासपूर्वक आणि निर्भिडपणे आत्मकथनकारांनी आपल्या भाषिक अविष्काराची मांडणी केलेली दिसून येते. दलित आत्मकथने ही आंतरिक गरज म्हणून अभिव्यक्त झालेली आहेत. बाबासाहेब आंबेडकरांच्या विचारांमुळे आत्मशोधांची जी प्रक्रिया सुरू झाली त्याची फलश्रुती म्हणजे ही दलित आत्मकथने होय. या आत्मकथनांवर मराठीतील समीक्षकांनी वेगवेगळ्या दृष्टिकोनातून टीका केली हे तर खरेच! पण स्वकीयांकडूनही टीकेचा चढा सूर दिसून आला. भूतकाळातील लज्जास्पद उकिरडा उकरण्यात कोणता गौरव आहे, असा साधारणत: हा सूर होता. पण वर म्हटले त्याप्रमाणे व आत्मकथन लिहिणे ही लेखकांची आंतरिक गरज होती. दलितांच्या वाट्याला आलेले लज्जास्पद जीवन हे त्यांनी स्वीकारलेले नव्हते. तर ते समाजव्यवस्थेने त्यांच्यावर लादलेले होते. त्यामुळे समाजव्यवस्थेचेच धिंडवडे निघाले. या

आत्मकथनामागील ही भूमिका देखील समजून घेणे गरजेचे आहे.

डॉ. खंदारे यांनी डॉ. लिंबाळे यांची जी प्रदीर्घ मुलाखत घेतली आहे, त्याचाही समावेश प्रस्तुत पुस्तकात करण्यात आलेला आहे. आणि त्यामुळे अभ्यासकांची मोठी सोय झालेली आहे. तसेच या मुलाखतीत काही मुद्द्यांबद्दल मतभिन्नता असली, तरी तो लेखकाचा दृष्टिकोन आहे, याकडे लक्ष वेधावेसे वाटते. आपले विवेचन साधार आणि सप्रमाण डॉ. खंदारे यांनी केले असून तशा प्रकारचे संदर्भ त्यांनी नोंदवलेले आहेत. अभ्यासकांना या पुस्तकामुळे मोलाचा लाभ होणार आहे. या पुस्तकलेखनाबद्दल डॉ. खंदारे यांचे मी मनापासून अभिनंदन करतो आणि यापुढेही त्यांच्याकडून असे संशोधनात्मक लेखन होवो, अशी अपेक्षा व्यक्त करतो.

डॉ. मनोहर जाधव
प्राध्यापक व विभागप्रमुख,
मराठी विभाग, पुणे विद्यापीठ, पुणे ७.

अनुक्रमणिका :

१.	दलित आत्मकथा - स्वरूप व वैशिष्ट्ये	११.
२.	अक्करमाशी - एक आकलन	३५.
३.	बारामाशी - एक आकलन	५५.
४.	राणीमाशी - एक आकलन	६८.
५.	दलित आत्मकथा - भाषा व शैली	७७.
६.	उपसंहार	९६.
७.	परिशिष्ठे	१०२.
	अ) शरणकुमार लिंबाळे यांची मुलाखत	१०३.
	ब) ग्रंथसूची	१२०.
	क) नियतकालिकांची सूची	१२२.

शरणकुमार लिंबाळेंची आत्मकथने

१. दलित आत्मकथा :
स्वरूप व वैशिष्ट्ये

चरित्र :-

चरित्र हे कितीही वेळा लिहिले जाऊ शकते. चरित्रनायक हा लेखकाला जसा भासला, तसा तो चित्रित केलेला असतो. म्हणजे एका व्यक्तीने घेतलेला शोध म्हणजे चरित्र होय, असे म्हणता येईल.

चरित्र ह्या मराठी वाङ्मयप्रकाराची सुरुवात आरंभी 'लीळाचरित्रा'सारखी गुरुचरित्रे, संतचरित्रे लिहून झालेली दिसते; तर नंतरच्या काळात केवळ पारमार्थिक नव्हे तर देशहिताच्या दृष्टीने पराक्रमी ठरलेला पुरुष हा चरित्रविषय झालेला दिसतो. चरित्रव्यक्ती म्हणजे गुणांचा पुतळा व बोधाचे खात्रीलायक ठिकाण अशी समजूत दिसते. यात प्रामुख्याने गुणगौरवाचे दर्शन घडताना दिसते. 'कलात्मक यथार्थ व्यक्तिदर्शन म्हणजे चरित्र'१ ही चरित्राची व्याख्या चिपळूणकरांनी लिहिलेल्या जॉन्सनच्या चरित्रात मूर्त झालेली दिसते.

आत्मचरित्र : व्याख्या, स्वरूप - वैशिष्ट्ये

आत्मचरित्राचा नायक हा स्वत: लेखकच असतो. तो आपल्या गतगोष्टींचा पुन्हा एकदा तटस्थपणे परिचय करून देत असतो. आत्मचरित्राचा केंद्रबिंदू तोच असतो.

आपल्या आयुष्यात घडलेल्या काही ठळक घटनांची तो नोंद करत असल्याने अनावश्यक बाबी प्रामुख्याने तो टाळीत असतो. डॉ. सदा कऱ्हाडे ''स्वत:च्या जीवनाचे दूरस्थपणाने सिंहावलोकन वृत्तीने केलेले अवलोकन आणि त्याविषयीचे प्रांजळ निवेदन म्हणजे आत्मचरित्र होय.''२ अशी व्याख्या करतात; तर डॉ. विमल भालेराव ''स्व-जीवन तटस्थपणे न्याहाळून, त्यातून

आवश्यक त्या बाबींची निवड करून त्यांचे प्रांजळ निवेदन व कलात्मक मांडणी यातून स्व-चित्र रेखाटणे म्हणजे आत्मचरित्र होय."[३] असे म्हणतात.

जेव्हा माणसाला आता आपल्या जीवनात करता येण्यासारखे काही नाही असे वाटू लागते आणि भरपूर वेळही आहे, तेव्हा तो पुन्हा एकदा आपल्या आठवणींना उजाळा देण्याचे काम आयुष्याच्या उत्तरार्धात करताना दिसतो. म्हणूनच डॉ. विलास खोले म्हणतात, "चरित्र कितीही वेळा लिहिले जाऊ शकते, आत्मचरित्र पुन्हा पुन्हा लिहिली जाणारी घटना नव्हे."[४] तर वसंत मिरासदार यांनी "आत्मचरित्राचे लेखन म्हणजे एक प्रकारचा फुलस्टॉप! मनुष्य कितीही का कर्तबगार असेना, त्याचे क्रियाशील आयुष्य जेव्हा संपते, तेव्हा इतरेजन त्याला आत्मचरित्र लिहिण्याचा आग्रह करतात."[५] असे म्हणून वरील मताला दुजोराच दिलेला आहे.

आत्मचरित्र ह्या वाङमयप्रकाराचे वेगळेपण स्पष्ट करावयाचे झाल्यास इथे लेखकाला मन मानेल ते मांडण्याची मोकळीक असताना तो स्वत:वर बंधने घालून घेताना दिसतो. स्वत:च्या मताशी प्रामाणिक राहून तटस्थ वृत्तीने घटनांच्या नोंदी घेत असतो. म्हणूनच डॉ. विलास खोले आत्मचरित्र ह्या वाङ्मयप्रकाराचे वेगळेपण स्पष्ट करताना म्हणतात, "स्वयंशिस्तीची एवढी अपेक्षा अन्य वाङ्मयप्रकारात सहसा केली जात नाही. आत्मचरित्रलेखन हे स्वत:विषयी स्वत:च केलेले लेखन असल्यामुळे एकाच वेळी ते सोपेही आहे आणि अवघडही."[६]

नानाविध हेतूनी आत्मचरित्रे लिहिली जातात. त्यामागे कुठला तरी एकच हेतू नसतो. कुणी आपल्या स्मृतिरूप अनुभवांना सजीव करण्याचा प्रयत्न करतो, तर कुणी आपलं स्वत:चं अस्तित्व जनमानसात टिकून राहावं म्हणूनही लेखन करतो. या संदर्भात डॉ. भालचंद्र फडके म्हणतात, "वस्तुत: माणूस आत्मचरित्र लिहिण्याच्या मन:स्थितीत येतो, तेव्हा त्याला अखेरचा मुक्काम जवळ आल्याची जाणीव होते. कुठेतरी विविध संबंधांनी गुरफटलेल्या 'मी'ला आपले व्यक्तित्त्व हरवल्याची किंवा लोक आपल्याला विसरून चालले आहेत याची बोच सलत राहते आणि मग हा 'मी' आपल्या जीवनाचा पट मांडून त्यात रमून जातो."[७]

आपल्या आयुष्यातील सुखदु:खे दुसऱ्याला सांगितल्याने हलकी होतात,

ही भूमिकाही आत्मचरित्रलेखनामागे असते. याविषयी प्रा.अ.म. जोशी, "गतायुष्याच्या संस्मरणातून पुन्हा पुन्हा जीवनरस चाखणे, गत सुखदु:खाच्या हिंदोळ्यावर हृदयाला 'परिये' देणे, भूतकाळाच्या सुकलेल्या वेलीला संस्मृतीचे अमृत सिंचून पुन्हा फुलविणे व गतजीवनाच्या शकलांमधून स्मरणाच्या टाकीचे घाव घालून सुंदर मूर्ती तयार करणे", ८ असा आत्मचरित्रलेखनामागील हेतू स्पष्ट करतात.

आत्मचरित्र केव्हा लिहावे?

आत्मपर लेखन हे आयुष्याच्या शेवटी कथन करावे असे जरी म्हटले जात असले, तरी तसे काही नियम नाहीत. आपल्या जीवनात आता करता येण्यासारखे काहीही नाही किंवा लोक आपणाला काय म्हणतील याकडे लक्ष न देता, स्वत:ला स्वत:कडे तटस्थ वृत्तीने पाहण्याची तयारी झाली की आत्मपर लेखन करावे, असे सांगताना आनंद साधले म्हणतात, "स्वत:च्या मनासमोर नागवे होऊन स्वत:च्या विकृती पाहण्याचे सामर्थ्य आले म्हणजे आत्मचरित्र लिहावे. म्हणजे कुठल्याही रागालोभाची पर्वा नाही, काहीही करावयाचे शिल्लक उरलेले नाही, मानपान झाला तरी हरकत नाही, अशी वृत्ती निर्माण झाली की आत्मचरित्र लिहावे. ही वृत्ती कधी साठीत येईल, कधी पन्नाशीत, तर कधी विशीतही येईल. यात वयाचा संबंध वर्षाच्या संख्येशी नाही तर केवळ वृत्तीशी आहे."९

आयुष्याच्या मध्यावर लिहिलेली आत्मचरित्रे अधिक यशस्वी होतात, असा प्रा. वा. ल. कुलकर्णी आपला अभिप्राय "जीवनाचा निरोप घेताना शेवटची निरवा-निरव करून आणि आपल्या आयुष्याचा जमाखर्च सादर करून एकजण जातो आहे, तर दुसरा जीवनाच्या ऐन मध्यावरच थांबून आपण आतापर्यंत जो प्रवास केला त्याकडे डोळे भरून पाहण्याचा व तद्वारा 'आपण खरोखर कोण आहोत' हे पुढील प्रवासाच्या दृष्टीने जाणून घेण्याचा प्रयत्न करीत आहे. म्हणूनच ही नवीन आत्मचरित्रे अधिक प्रामाणिक, जीवनाचे यथार्थ दर्शन घडवू शकणारी अशी ठरत आहेत."१० अशा शब्दांत मांडतात.

वृद्धकाळात लोक आपणाला विसरून चालले, त्यांच्याकडून आपणास प्रतिसाद मिळेनासा झाला म्हणजे मन थोडे अस्वस्थ होते. अशा वेळी ही

मंडळी नव्या गोष्टींचे स्वागत करायला क्वचितच तयार होतात. अन्यथा जग बिघडत चालले आहे, हीच त्यांची ओरड असते. म्हणूनच शं. वा. किर्लोस्कर, "अशा वेळी तरुणांना नावे न ठेवण्याच्या अथवा त्यांच्याशी स्पर्धा करण्याच्या फंदात न पडता आपण एका बाजूला व्हावे हेच उत्तम. अशा वेळी आपला वेळ घालवायला आत्मचरित्र लिहिणे हा एक फार चांगला उपाय आहे."[११] असे आपले मत स्पष्ट करतात.

आत्मचरित्र कोणी लिहावे?

आत्मचरित्र कुणीही लिहू शकतो सर्वसामान्यांपासून ते मान्यवरांपर्यंत. मान्यवरांपेक्षा सर्वसामान्यांच्याच जीवनात असे कितीतरी चटका लावणारे प्रसंग असतात की, त्यामुळे वाचकांचे मन हेलावून जाते. याविषयी कृ.पां. कुलकर्णी यांचे मत विचारात घेण्यासारखे आहे. "जीवन सामान्य असले, तरी त्यात चमत्कार हे असायचेच. एखाद्या टांगेवाल्याच्या आयुष्यात नाही का चटका लावणारे प्रसंग आढळत? एखाद्या आरामगृहाच्या वाढप्याच्या जीवनातसुद्धा नाही का सांगण्यासारखं पुष्कळ असतं? हे व्यवसायही क्षुद्र नाहीत व त्यांतील जीवनही कधी क्षुद्र नसते. आयुष्य कुणाचेही झाले तरी त्यात राम असतोच; इतकेच नव्हे, तर अशा सामान्य जीवनातच प्रसंग इतके काव्यात्मक व नाट्यात्मक असतात की, त्यात काल्पनिक काव्य व नाट्य फिके पडावे."[१२] तात्पर्य, सर्वसामान्य व्यक्तीदेखील आत्मचरित्राचा विषय (नायक) बनू शकते.

आत्मचरित्राची काही प्रमुख वैशिष्ट्ये

आतापर्यंतच्या विवेचनावरून आत्मचरित्राची म्हणून काही प्रमुख वैशिष्ट्ये पुढीलप्रमाणे सांगता येतील -

१) सत्यकथन :- आत्मचरित्रात सत्यदर्शनावर भर हवा. कारण विषयनायक हा स्वतः लेखकच असल्याने आत्मचरित्रात सत्याचा खराखुरा आविष्कार होणे अपरिहार्य असते.

२) तटस्थ वृत्ती :- स्वतःचे जीवन स्वतःच तटस्थ वृत्तीने पाहिले तरच ते आत्मचरित्र आत्मश्लाघा, आत्मसमर्थन अशा दोषांपासून अलिप्त राहू शकते. आपल्या चुका जाहीरपणे कबूल करायला माणसाला सर्व अहंकार बाजूला ठेवावा लागतो. म्हणूनच प्रा. वा. ल. कुलकर्णी म्हणतात, "आत्मसन्मानार्थ

व आत्मगौरवार्थ लिहिलेले आत्मचरित्र हे आत्मचरित्र होऊ शकत नाही."१३

३) 'स्व'ला केंद्रस्थान :- मनुष्य हा समाजशील प्राणी असल्याने लेखकांबरोबर इतर व्यक्तींचे आणि समाजजीवनाचे चित्रण येणारच! तरी परंतु आत्मचरित्राच्या बाबतीत स्वत:चे केंद्रस्थान सुटता कामा नये.

४) वस्तुस्थितीविषयीचे चित्रण आणि सुव्यवस्थित मांडणी :- घटितांपैकी नेमक्या व मोजक्या अशाच घटनांची निवड लेखकाने करावी, की ज्या वाचकांच्या बुद्धीला पटू व पेलू शकतील,आणि ते आत्मचरित्र वस्तुस्थितिदर्शक होईल.

आत्मचरित्राच्या बाबतीत आपल्या आयुष्यातील काही ठळक, ठसठशीत प्रसंगांच्या साहाय्याने आपली व्यक्तिरेखा सादर करण्याचा प्रयत्न आत्मचरित्रकाराला करावा लागतो. तदनंतर त्याची मांडणी ही व्यवस्थितपणे करता आली पाहिजे.

या वैशिष्ट्यांव्यतिरिक्त जान्हवी संत यांच्या मते "आत्मचरित्रकाराच्या अंगी शालीनता, दुसऱ्याबद्दलची आपुलकी, समयसूचकता व सरस भाषाशैली हे गुणही आवश्यक आहेत.१४ अशा आणखी काही वैशिष्ट्यांचाही विचार तितकाच महत्त्वाचा आहे.

चरित्र-आत्मचरित्र या वाङ्मयप्रकाराच्या वरील पार्श्वभूमीवर आत्मकथा व आत्मकथन ह्या वाङ्मयप्रकारांचा परिचय करून घेणे संयुक्तिक होईल.

आत्मकथा व आत्मकथन

आत्मकथा व आत्मकथन हे शब्द रूढार्थाने समानार्थी शब्द म्हणून वापरले जात असले, तरी दोहोंत मूलभूत आणि सूक्ष्म फरक असल्याचे दिसते. कथा ही कुठेतरी संपते, तर कथन हे सतत तिन्ही काळांत चालूच असते. याविषयी प्रा. चंद्रकुमार नलगे व डॉ. गंगाधर पानतावणे म्हणतात, "कथन हे सातत्याचे प्रतीक आहे, तर कथेला शेवट असतो; ती पूर्णत्वाचा प्रत्यय देते. ती कुठेतरी थांबते, आत्मकथनाचा प्रवास मात्र सुरूच असतो."१५

मराठीतील आत्मचरित्रे ही आयुष्याच्या मावळतीला लिहिली गेली, तर दलित आत्मकथने ही प्रामुख्याने आयुष्याच्या ऐन मध्यावरच लिहिलेली दिसतात. ती भूतकाळाबरोबर वर्तमानातही चालू राहतात. आत्मचरित्रात घडून गेलेल्या घटनांची नोंद असते, तर आत्मकथनात नोंदीबरोबर घटनांचेही

कथन असते. याविषयी डॉ. गंगाधर पानतावणे म्हणतात, "मराठीतील रूढ आत्मचरित्रांपेक्षा दलित आत्मकथने कालसंदर्भ आणि अनुभव सृष्टीच्या दृष्टीने निश्चितच वेगळी आहेत. सर्व आत्मचरित्रे अनुभवानीच भरलेली असतात. परंतु स्थिर झालेल्या जीवनाकडून गतजीवनाकडे दृष्टिक्षेप टाकण्याचा तो एक प्रकार असतो. इतक्या दूरवर पुन्हा जशी नजर जाईल, तशी नजर टाकण्याचा तो एक प्रयत्न असतो. तरीही त्यातील जीवनदृष्टी साहित्यसृष्टीत भर घालणारीच असते...

"मात्र दलित आत्मकथा ही मागे वळून पाहत नाही, तर भूतकाळाबरोबरच वर्तमानातही ती चालूच राहते. दलित आत्मकथा ह्या सामाजिक सांस्कृतिक परिवर्तनाचा अटळ प्रवास म्हणून अतिशय महत्त्वाच्या आहेत. काळाचा संदर्भ म्हणूनही त्यांचे महत्त्व आहे. अपवाद वगळता उमेदीच्या काळातच लिहिलेली आत्मकथने दलित साहित्याचे वैशिष्ट्यपूर्ण दालन आहे."[१६]

तर डॉ. अनिल गजभिये प्रस्थापित आत्मचरित्रापेक्षा दलित आत्मकथेचे वेगळेपण स्पष्ट करताना म्हणतात, "आत्मचरित्राचे तंत्र आयुष्याच्या सायंकाळी आयुष्यकथन करावेसे सांगते; तटस्थता शिकविते, आत्मश्लाघा नसावी असा बोध देते. या तंत्राने पारंपरिक आत्मचरित्राला फार मोठे बॅरिअर लावून ठेवले होते. दलित आत्मकथनांनी हे बॅरिअर (अडथळे) तोडून टाकले. विशेषत: कथानायकाचे वयोमर्यादेचे बंधन खोडून टाकले. तटस्थतेच्या रोडरोलरखाली समाजदर्शनाचे चिपाड झाले असते. आत्मश्लाघेचे भूत मानगुटीवरून उतरवून ठेवले नसते, तर 'सर्वसामान्यापेक्षा तुमच्यात काय वेगळेपण आहे? हे तर नेहमीचेच', अशी पांढरपेशी समीक्षा कोकलली असती! सत्यापलाप असावा, असे आमचे मत नाही, तरीही सत्य व असत्य यांत फार रस्सीखेच होता कामा नये."[१७] एकंदरीत दलित आत्मकथांनी आत्मचरित्राची बंधने झुगारून दिलेली आहेत. आत्मचरित्राची जी काही प्रमुख वैशिष्ट्ये आहेत, ती दलित आत्मकथेच्या बाबतीत निष्प्रभ ठरतात. तेव्हा साहजिकच मराठी आत्मचरित्रे आणि दलित आत्मकथने यांच्यात बरीच तफावत असल्याचे दिसून येते.

२. दलित आत्मकथा : स्वरूप आणि वैशिष्ट्ये

दलित आत्मपर लेखन हे आत्मचरित्र व आठवणी या साहित्यरूपांना जवळचे वाटणारे आहे. त्यामुळेच प्रस्तुत लेखनाला दलित आत्मचरित्रे,

दलित आत्मनिवेदन, दलित आत्मस्मृती, दलित आत्मकहाणी, दलित आत्मकथा, दलित आत्मकथन आणि आता अलीकडे दलित स्वकथन अशा अनेक शब्दांनी संबोधिले गेले आहे.

वरील शब्दांपैकी कुठला एक शब्द ग्राह्य मानावा, याविषयी आजतरी एकमत झालेले नाही. अशा अनेकविध शब्दांविषयीचा संभ्रम व्यक्त करून या लेखनाच्या स्वतंत्र अभ्यासाची आवश्यकता भालचंद्र बांठेकर यांनी प्रतिपादन केलेली आहे. ते या संदर्भात म्हणतात, ''...अशा तरुण वयातल्या आत्मकथनाला 'आत्मचरित्र' म्हणावे की 'आत्मवृत्त' की 'आत्मकथन' म्हणावे की, सगळी नावे म्हणजे एकच? वाङ्मयप्रकाराच्या दृष्टीने याचा विचार होणे जरुरीचे आहे.''१८ या बाबतीत दलित आत्मपर लेखनाला 'दलित आत्मकथन' ही संज्ञा वापरणे उचित ठरेल. कारण कथन हे सातत्याचे प्रतीक आहे. ते त्रिकालदर्शन घडविते. म्हणूनच दलित आत्मकथनपर लेखन हे एकानंतर दुसरे लिहिलेले आढळते. उदा., मुक्ता सर्वगोड यांचे 'मिटलेली कवाडे' नंतरचे 'करपलेले घुमारे' तसेच शरणकुमार लिंबाळे यांचे 'अक्करमाशी' नंतरचे 'बारामाशी' आणि 'राणीमाशी' यांचा उल्लेख करता येईल.

आत्मकथन आणि स्वकथन याविषयी थोडेसे

आत्मकथन आणि स्वकथन यांतून प्रतीत होणारा अर्थ हा सारख्याच स्वरूपाचा आहे. 'आत्म' या शब्दाचा संभ्रम टाळण्यासाठी 'स्व' हा शब्द अलीकडे वापरात आल्याचे दिसते. 'आत्म' ह्या शब्दांतून 'आम्ही आणि मी' विषयीचा विचार प्रकट होतो, तर 'स्व' या शब्दांतूनदेखील स्वतःविषयीचा आणि स्वे-तरेतराविषयीचाच विचार प्रकट होताना दिसतो. 'मी' विषयी बोलत/सांगत असताना हा मी 'आम्ही' विषयीच अधिक बोलत/सांगत असतो. तेव्हा दोन्ही शब्दांतून निघणारा अर्थ हा सारख्याच स्वरूपाचा असल्याचे दिसते.

आत्मकथन या संज्ञेचे स्पष्टीकरण करताना प्रा. वासुदेव मुलाटे म्हणतात, ''यांतील 'मी' चे भोगणे घडत जाणे हे नुसतेच व्यक्तिगत पातळीवरचे राहत नाही, तर त्याला 'आम्ही' चे स्वरूप प्राप्त होते. असे असले तरी 'आम्ही' चे चित्रण करताना 'आम्ही'तला 'मी' त्यातून कधी वेगळा होऊन पुढे येतच नाही, असे नाही. काहीही असले तरी माणसाचे सर्वांत प्रथम स्वतःवर आधी

प्रेम असते. म्हणूनच 'आम्ही' मधील 'मी' अपरिहार्यपणे प्रकट होतो.''१९

जे जे भोगावं लागलं, जगताना जे अनुभव आले ते प्रामाणिकपणे व प्रांजळपणे मांडणे या भूमिकेतूनही आत्मकथनाचा जन्म झालेला आहे. या भूमिकेशी मिळते जुळते विचार 'बलुतं' पासून आजपर्यंतच्या सर्वच आत्मकथनांच्या प्रास्ताविकांमधून नोंदलेले आढळतात. याविषयी अशोक पाटील लिहितात, ''भारतीय समाजजीवनात ज्या समाजाला संस्कृतीच्या नावाखाली हिंदू समाजाने स्वतःचे दास म्हणून वागविले, त्या समाजाच्या भावनेच्या कोंडीचा, पिढ्यान् पिढ्या मुक्या असलेल्या मनाचा, त्यांच्या वेदनांचा शब्दाविष्कार म्हणजे दलितांचे स्वकथन होय.''२०

दलित आत्मपर लिखाणाला 'दलित स्व-कथन' ही संज्ञा डॉ. यशवंत मनोहरांनीही योजलेली आहे. त्यांनी 'आत्म' आणि 'आत्मा' या शब्दांचा अर्थ अध्यात्माच्या पातळीवरून चर्चिलेला आहे. त्यांनी आत्म हा शब्द नाकारून व्याख्या केलेली आहे. ती अशी, ''आत्म' हा शब्द सोबतीला कर्मविपाकाचा खोटारडा सैद्धांतिक पसारा घेऊन येतो... येथील संस्कृतीने 'आत्मा' या विचाराद्वारे जगात कुठेही नसलेला शोषणाचा एक विलक्षण आकृतिबंध, विषमतेचा विषारी विचारव्यूह साकार केला आहे. दलितांची शोषणाची केंद्रवर्ती आधारशिला असलेला 'आत्मा' हा शब्द दलितांच्या स्व-कथनांना लावणे हे त्यांच्या नास्तिक प्रेरणेला गुलालबुक्का लावण्यासारखे आहे. त्यामुळेच दलितांच्या अनुभवकथनपर लेखनाला 'स्व-कथन' हा शब्दच वापरणे उचित होईल.''२१

या विधानाला प्रत्युत्तर म्हणून आनंद साधले यांचे विचार पाहण्यासारखे आहेत. ''आत्मचरित्राचा संबंध फक्त आत्म्याशी असतो. सत्-चित्-आनंदरूप परमात्याचा अंश असणारा जीवात्मा नव्हे. या आत्म्याला अध्यात्माच्या कक्षा आहेतच, असे नाही. किंबहुना नाहीतच. हा आत्मा म्हणजे आत्मचरित्रनायकाचे व्यक्तित्व. त्याची जडण-घडण कशी झाली, यावरच प्रकाश केंद्रित करणे हे आत्मचरित्राचे सत्य होय.''२२ आनंद साधले यांनी म्हटल्याप्रमाणे आत्मचरित्रातील 'आत्म्या' ला डॉ. मनोहरांना अभिप्रेत असणाऱ्या अध्यात्माच्या कक्षा नसून चरित्रनायकाचे 'व्यक्तित्व' हा अर्थ अभिप्रेत आहे, असे म्हणता येईल.

दलित आत्मकथनातील नायक (स्वतः लेखक) हा नाममात्र असतो. कारण यात भोवतालचा समाज आणि परिस्थिती यांचेच चित्रण अधिक

प्रमाणात आढळते. इथे वाचकाला भावणारा नायक हा उपनायक म्हणजे 'ॲण्टी हिरो'' ठरतो. तो आपल्या भोगवट्याला आलेले जीवन व त्यातील भीषण वास्तवाचे चित्रण करतो. अशा या लेखनातून तो एक प्रकारे समाजपरिवर्तनाचेच काम करतो. इतर समाजापासून वंचित झालेल्या समाजाचे जीवन कशा पद्धतीचे आहे? हे जाणण्यासाठी यासंबंधीच्या लेखनाला प्राधान्य प्राप्त होते. म्हणूनच सौ. आरती कुलकर्णी ''स्व-समाजाच्या खुरटेपणाचा समाजव्यवस्थेत गुंतलेल्या संदर्भाचा शोध घेणे, भूतकाळातील परंपरेची रहस्यं शोधण्याचा प्रयत्न करणे, वर्तमानाचा पुनर्विचार करून भविष्याचा वेध घेणे, आणि स्व-समाजाचे आत्मभान जागृत करणे, त्याबरोबरच अन्य समाजाची मानसिकता बदलवून त्यांना विचारप्रवृत्त करणे असे या दलित स्व-कथनाचे एकंदर स्वरूप आहे. म्हणूनच या स्व-कथनाचे स्वरूप सामाजिक वाङ्मयीन (Socio-Literal) तसेच सामाजिक दस्तऐवजस्वरूपी (Social-document) बनलेले आहे.''[२३] असे दलित आत्मकथनाचे स्वरूप स्पष्ट करतात.

तर प्रा. वासुदेव मुलाटे म्हणतात, ''आत्मकथनाचे स्वरूप केवळ तृप्त मनाने केलेल्या आयुष्याच्या सिंहावलोकनाचे नाही; तर आतल्या आत ठसठसणाऱ्या जखमांनी विव्हळ झालेल्या मनाचे, अस्वस्थ मनाने केलेले कथन होय.''[२४] आणि हे खरेच आहे. दलित लेखकांना भूतकाळातील आठवणींना उजाळा देताना घायाळ होण्याचा अनुभव पुन्हा एकदा आलेला आहे.

दारिद्र्य, उपासमार, अज्ञान यांतून सर्वच दलित लेखकांना आपले आयुष्य घडवावे लागले आहे. या सर्वांच्या तळाशी धर्मावर आधारित असलेली जातिव्यवस्था हीच कारणीभूत आहे. म्हणून दलित लेखकांचे आत्मकथन हे त्यांच्या एकट्याचे नसून ते त्या समाजाचे प्रातिनिधिक होते. त्यांत उपरोक्त दोषांचे मिश्रण झाल्याने कधी त्यांचे स्वरूप व्यक्तिगत स्वरूपाचे झालेले असले, तरी ती सामाजिक जीवनाचे प्रतिनिधीत्व करतात.

आत्मकथनातून लेखकाची स्वत:ची जडणघडण अभिव्यक्त होते. तो कसा कसा घडत गेला हे वाचकाला ज्ञात होत असते. त्याचबरोबर त्याने काय काय भोगले, सहले, अनुभवले आणि त्यातून त्याने काढलेला मार्ग, दिलेला संघर्ष वगैरे गोष्टींचेही दर्शन घडते. म्हणूनच डॉ. भालचंद्र फडके

दलित आत्मकथनांना 'दु:खाच्या अभंगगाथा'[२५] असे म्हणतात. आणि ती केवळ रंजनासाठी किंवा कल्पनाविलासासाठी लिहिलेली नसून त्यांनी भोगलेल्या भोगांची कहाणी, त्यांना वाचकांना सांगावयाची असते.

वैशिष्ट्ये

दलित आत्मकथनाची म्हणून अशी काही खास प्रमुख वैशिष्ट्ये सांगता येतील.

''समूहभावना, भुकेचे चित्रण, समाजचित्रण, 'स्व'च्या जाणिवा, स्त्रीदर्शन आणि ग्रामीणता अशी काही महत्त्वाची आत्मकथनांची वैशिष्ट्ये''[२६] प्रा. वासुदेव मुलाटे यांनी सांगितली आहेत.

१. समूहभावना :-

दलित आत्मकथन हे एकट्याचे नसते. तो ज्या प्रदेशात, वातावरणात आणि समाजात वावरत असतो, त्यांचेही असते. ते एखाद्या विशिष्ट समाजाचे प्रातिनिधिक कथन असते. स्वत:विषयी सांगत असताना नायक स्वेतरांविषयीच अधिक सांगत असतो. प्राय: दलित आत्मकथेत समूहभावनेला महत्त्व प्राप्त होताना दिसते.

२. भूक आणि दारिद्र्य यांचे चित्रण :-

भूक आणि दारिद्र्य हे तर दलितांच्या पाचवीलाच पुजलेले. अस्पृश्यतेबरोबर त्यांना भुकेचाही प्रश्न भेडसावत असतो. हे सर्वच दलित आत्मकथनांतून जाणवते. अशा या पोटासाठी माणसाला पशूपेक्षाही हीन पातळीवर जगावे लागते, हे सत्य नाकारता येत नाही.

३. समाजदर्शन :-

दलित आत्मकथनांतून त्या त्या समाजाचे दर्शन घडते. त्या त्या समाजातील अंधश्रद्धा, रूढी, परंपरा, आचार-विचार, रीतिरिवाज, धार्मिक आणि सामाजिक परंपरा यांचेही दर्शन घडते.

४. 'स्व'विषयक जाणिवा :-

दलित आत्मकथनाचा नायक हा प्रतिनायक असतो. तो स्वत:विषयी सांगत असला, तरी स्व-समाजाविषयीच अधिक सांगत असतो. दलित आत्मकथनाचा केंद्रबिंदू हा नायक नसून त्याचा समाज आहे. एकंदरीत स्वत:विषयी आणि स्वेतरेतरांविषयी ह्या दोन्ही जाणिवा यातून व्यक्त होताना

दिसतात.

५. अपूर्व स्त्री-दर्शन :-

दलित आत्मकथनातून अवतरणारी स्त्री ही सोशीक मनाची आहे. ती आपल्यावर होणाऱ्या अन्याय, अत्याचारांविषयी अबोल राहून, आपला फाटका-तुटका संसार सांभाळणारी आहे. लेकराबाळांसाठी अहोरात्र झिजणारी आहे. आपल्या नवऱ्याचा मार व शिव्या सहन करून, उलट त्याच्या व्यसनांना पैसा पुरविणारी पत्नी आहे. असे स्त्री-दर्शन प्रमुख दलित आत्मकथनांतून घडते.

६. ग्रामीणता :-

बहुतांश दलित लेखक हा आता शहरवासी झालेला असला, तरी त्याच्या आत्मकथनातून ग्रामीणतेचे दर्शन घडतेच, आणि ते अपरिहार्यच म्हणावे लागेल. कारण त्याचे बालपण हे अशा ग्रामीण भागातच गेलेले असते. बालमनावर झालेला ग्रामीण जीवनसंस्कृतीचा परिणाम हाही तितकाच महत्त्वपूर्ण असतो. दलित आत्मकथनाची सुरुवातच मुळी शाळेला जाण्याच्या पहिल्या दिवसांपासून झाल्याचे दिसून येते. आणि ही शाळाही कुठेतरी आसपासच्या खेड्यातच असते.

याशिवाय आरती कुलकर्णी यांनी सांगितलेल्या ''अस्मितेचा शोध, प्रांजळ निवेदन, त्रिकालदर्शन, सामाजिकता आणि सामूहिकता, विद्रोह, आत्मनिष्ठा आणि वस्तुनिष्ठा''[२७] अशा आणखी काही वैशिष्ट्यांचाही दलित आत्मकथनांच्या संदर्भात विचार करता येईल.

दलित आत्मकथनांच्या स्वरूप-वैशिष्ट्यांसोबतच एका प्रमुख गोष्टीचा विचार येथेच करावयास हवा, आणि तो म्हणजे या आत्मकथनांची प्रमुख प्रेरणा. ही प्रेरणा म्हणजे भारतरत्न डॉ. बाबासाहेब आंबेडकर! ज्यांच्यामुळे दलित-पीडित-अस्पृश्य आणि अज्ञानी समाजाला ज्ञानाचा प्रकाशकिरण गवसला आणि तो आज लिहू लागला; त्याला जसे जमेल, समजेल, उमजेल तशा पद्धतीने आणि त्याच्याच भाषेत-तेही विनासंकोच. त्यामुळे डॉ. आंबेडकर आणि त्यांची दलित चळवळ यांचा उल्लेख आला नाही, त्याविषयी कृतज्ञता व्यक्त झाली नाही, अशी आत्मकथने अपवाद म्हणूनही दाखविणे अवघड आहे.

३. दलित आत्मकथा : पार्श्वभूमी आणि परिचय

दलित लेखकांच्या आत्मकथनातून लेखकाचा जीवनप्रवास आणि जीवनदर्शनांतर्गत कौटुंबिक जीवन, स्त्री-जीवन, शैक्षणिक जीवन, आर्थिक जीवन तसेच सामाजिक व धार्मिक चालीरीती इ. अनेक बाबी आलेल्या आढळतात. यामुळे दलित आत्मकथनाचे 'सामाजिक दस्तऐवज' म्हणून फार महत्त्व आहे.

'आठवणींचे पक्षी' पुस्तकरूपाने प्रसिद्ध होण्याअगोदर १९६३ ते १९७८ पर्यंत लेखरूपाने 'अस्मितादर्श' नियतकालिकातून क्रमशः प्रसिद्ध होत होते. १९७९ साली हे सर्व लेख पुस्तकरूपाने प्रसिद्ध झाले. तत्पूर्वी १९७८ साली 'बलुतं' हे पुस्तकरूपाने प्रसिद्ध झाले असले, तरी 'आठवणींचे पक्षी' चे ऐतिहासिक व सामाजिक दस्तऐवज म्हणून अधिक मोल आहे.

दलित समाजातील अनुसूचित जातींपैकी महार, मांग, चांभार आणि ढोर या पोटजाती आणि भटक्या जमातीतील कैकाडी, रामोशी, कुडमुडे जोशी, फासेपारधी अशा अनेकविध जातिजमातींच्या जीवनाचे चित्रण दलित आत्मकथनातून झालेले आहे. अभ्यासाच्या सोयीसाठी त्या त्या जातींचे प्रतिनिधित्व करणाऱ्या आत्मकथनांचे वर्गीकरण करून त्यांची थोडक्यात ओळख करून घेऊ.

१) 'महार' समाजाचे प्रतिनिधित्व करणारी आत्मकथने :

१. आठवणींचे पक्षी : प्र.ई. सोनकांबळे :- (चेतना प्रकाशन, २५४,'अनुभूती' नंदनवन कॉलनी, औरंगाबाद. प्र. आ. २७ जाने.१९७९; द्वि. आ. १४ एप्रिल १९८१)

औरंगाबाद येथे भरलेल्या तिसऱ्या दलित साहित्य संमेलनात हे आत्मकथन पुस्तकरूपाने प्रसिद्ध झाले. डॉ. सूर्यनारायण रणसुभे यांनी 'यादों के पंच्छी' या नावाने त्याचे हिंदीत रूपांतर केलेले आहे. महाराष्ट्र शासनाचे उत्कृष्ट साहित्य निर्मितीचे १९७९-८० चे पारितोषिकही प्रस्तुत पुस्तकास मिळाले आहे.

आई मेल्यानंतर परदेशी झालेल्या प्रल्हादापासून, अडीअडचणींवर मात करीत शिक्षण घेऊन प्राध्यापकी व्यवसायात पडलेले प्र. ई. सोनकांबळे बायकोमुलांसह दिवाळी-सुट्टीत गावी येतात, एवढा जीवनपट या आत्मकथनात

आला आहे.

'आठवणींचे पक्षी' म्हणजे लेखकाच्या जीवनातील अनेक भयानक व खडतर अनुभवांचे नागडे-उघडे चित्रण आहे. प्र. ई. सोनकांबळे हे अस्पृश्य जीवनाचे अनुभव आपल्या बोलीभाषेत मोठ्या धिटाईने व मोकळेपणाने सांगतात.'' [२८] हा शंकरराव खरातांचा अभिप्राय बोलका आहे.

२. बलुतं : दया पवार :- (ग्रंथाली प्रकाशन, नेहरूनगर, कुर्ला, मुंबई, प्र. आ. १९७८, चौ.आ. १९८५)

'बलुतं'ला 'फोर्ड फाउंडेशन'चा अ‍ॅवॉर्ड मिळाला आणि हिंदी, कन्नड, गुजराती या भारतीय भाषांप्रमाणेच जपानी व जर्मनी या परदेशी भाषेतही त्याचे अनुवाद झाल्यामुळे प्रसिद्धीचा फार मोठा झोत प्रस्तुत कलाकृतीला लाभला. तसेच 'बलुतं' वर आधारित 'अत्याचार' नावाचा चित्रपटही काढण्यात आला. लेखकांनी या पुस्तकाच्या प्रारंभी 'जॅक लंडन' या विचारवंताचे 'हा दगड इमारतीच्या बांधकामातून निकामी केलेला' हे विधान उद्धृत केलेले आहे. यातून लेखकाच्या यातनामय जीवनाची कल्पना येते.

यात लेखक स्वत:चेच अनुभव सांगत नाहीत; तर पिढ्यान् पिढ्या उपेक्षित असलेल्या, अज्ञान, दारिद्र्य, व दास्य यांनी वेढलेल्या आणि कष्टप्रद जीवन जगणाऱ्या पूर्वास्पृश्य महार समाजाचे जीवनचित्रण करतात.

पवारांची भाषा साधी, सोपी आणि ओघवती आहे. उपमा विशेषणांच्या अलंकाराचा सोस तिला नाही.

३. 'फांजर' : ना. सं. झोडगे :- (प्रकाशक सौ. सिंधु झोडगे, भोईवाडा, परळ, मुंबई-१२, प्र. आ. १९८२)

'फांजर' म्हणजे बाभळ, बोराटीचे वाळलेले झुडुप. या काटेरी झुडुपाप्रमाणे लेखकाचा जीवनप्रवास आहे. माडगूळसारख्या खेडेगावातील त्यांचे कष्टप्रद जीवन आणि संवेदनशील मनाचा कार्यकर्ता म्हणून घेतलेला अस्पृशतेचा अनुभव याचे चित्रण अन्य आत्मकथनांप्रमाणे 'फांजर' मध्ये यावे, हे स्वाभाविक आहे.

एका कार्यकर्त्याचे आणि सामाजिक परिवर्तनाची अपेक्षा बाळगणाऱ्या एका सुधारणावादी लेखकाचे हे आत्मकथन आहे.

४. 'गावकी' : प्रा. रुस्तम अचलखांब :- (श्रीविद्या प्रकाशन,

शनिवार पेठ, पुणे, प्र. आ. नोव्हेंबर १९८३)

'गावकी' या शीर्षकाला अनुसरूनच ग्रामीण जीवनाचे, त्यातील बलुतेदारीचे आणि प्रामुख्याने महारांच्या येसकरीचे चित्रण लेखक करतो. बलुतं मागणाऱ्या प्रमुख जाती, त्यांचे हिस्से, वाटप, गावकीची घुंगुराची काठी बदलणे, त्या बदलाची पद्धत, हाडकी, हडवळा, महारांची कामे, त्यांच्यातील साडेबारा जाती, त्यांच्या तक्षिम्या त्यांच्यातील विवाहसंबंध, पदरजुळवणी आदी सामाजिक संदर्भ अतिशय सूक्ष्मतेने लेखकाने चित्रित केले आहेत. त्याचबरोबर आंबेडकरी विचारांच्या वादळाने उद्‌भवणाऱ्या संघर्षाचेही चित्रण लेखक करतो.

५. **'आभरान'** : पार्थ पोळके :- (ग्रंथाली प्रकाशन, मुंबई-२४, प्र. आ. जुलै १९८४)

'आभरान' हे आत्मकथन म्हणजे महार जातीतील पोतराजाच्या जीवनाचे दर्शन घडविणारे चित्रण आहे. पोतराज हा महार-मातंग समाजातील अंधश्रद्धांचा एक बळी होय. देवी मरीआईचा कोप ज्या घरात झालेला असतो, त्या घरात नवसाला मोठा मुलगा 'पोतराज' म्हणून सोडण्याची प्रथा होती. या पोतराजाच्या पोटी जन्माला आलेल्या पार्थ पोळके यांच्या जीवनाची आणि पर्यायाने त्यांच्या समाजाची ही कथा आहे.

'आभरान' म्हणजे पोतराजाच्या अंगावरील रंगीबेरंगी खणांच्या चिंध्यांचे वस्त्र. ते चढवूनच पोतराज भिक्षा मागतात. विशेषतः महार आणि मातंग या जातींतच पोतराज असतात.

याशिवाय 'धुळपाटी'- श्रीरंग तलवारे, 'कोंडाळं'- प्रा. तुषार भाग्यवंत, 'झळा' - ल.स. रोकडे, 'मा-हुडा' - पां. उ. जाधव आदी लेखकांच्या आत्मकथनांतून महार समाजाची वतनदारी आणि त्यातून उद्‌भवणारे दुःखदारिद्र्य यांचे चित्रण होताना दिसते.

(२) मातंग समाजातील आत्मकथन

१. **काट्यावरची पोटं** : उत्तम बंडू तुपे :- (मेहता पब्लिशिंग हाऊस, पुणे-३०. १९८१)

दलित लेखकांच्या आत्मकथनामध्ये बहुतांश आत्मकथने ही पूर्वाश्रमीच्या महार जातींतील लेखकांनी लिहिलेली आहेत. पण त्यासोबतच मांग, चांभार, ढोर इ. अस्पृश्य जातीतील लेखकांनीही आपल्या जीवनाचे चित्रण केलेले

आहे.

उत्तम बंडू तुपे या मातंग समाजातील लेखकाने अत्यंत तटस्थपणे अस्पृश्यता व दारिद्र्य याविरुद्ध सतत संघर्ष करणाऱ्या 'मातंग' जातीच्या लोकांचा 'काट्यावरची पोटं' हा आलेख अत्यंत प्रांजळ व सहज शब्दांत चित्रित केला आहे. जन्मामुळे आलेली अस्पृश्यता, लहानपणी जाणवलेले वेगळेपण व नंतरचा जातीचा पाठपुरावा यांमुळे लेखकाला जाणवणारी जीवनाची भयावहता इ. चे. चित्रण यात येते.

आपल्या आत्मकथनाविषयी लेखकाने "मातंग समाजातील आत्मकथन म्हणून या पुस्तकाची समीक्षकांनी वासलात लावल्याची खंत व्यक्त केली आहे.", आणि "हे आत्मकथन केवळ मातंगाचे नाही, संपूर्ण पीडितांचे आहे."[२१] असा दावा केला आहे.

(३) चांभार समाजाची आत्मकथने

१. मुक्काम पोष्ट : देवाचे गोठणे : माधव कोंडविलकर :- (मॅजेस्टिक प्रकाशन, गिरगाव, मुंबई-४. प्र. आ. जुलै १९७९)

हे एक दैनंदिनीवजा आत्मकथन आहे. १९६९ ते १९७७ या सात-आठ वर्षांतील अनुभवांच्या नोंदी यात नोंदवलेल्या आहेत. रत्नागिरी जिल्ह्यातील 'देवाचे गोठणे' या त्यांच्या जन्मगावी ते शिक्षक म्हणून काम करीत असतानाचा हा लेखन काल आहे. या कालावधीत जे जे अनुभवास आले, भोगावे लागले, ज्या समस्यांना तोंड द्यावे लागले, त्या सर्वांची ही कहाणी होय.

'देवाचे गोठणे' मधील जीवन म्हणजे एका पूर्वास्पृश्याच्या होणाऱ्या मानसिक छळाची कथा आणि व्यथा आहे. त्यामुळे समाज जीवनाच्या एकाच बाजूचे दर्शन यातून घडते. त्याचबरोबर शिक्षितांचा ग्रामीण जीवनात होणारा कोंडमारा प्रस्तुत रोजनिशीत दिसतो.

"...पुढ्यात पडलेल्या वाहणेला टाके घालावे; फाटली का? म्हणून कधी विचारायचे नाही."अशी स्थिती असलेल्या चांभार जीवनाचे चित्रण यातून घडते. हे पुस्तक वाचून, खरोखरच या गावचा 'देवच गोठला' असला पाहिजे, असा आपला अभिप्राय पु. ल. देशपांडे यांनी नोंदविला आहे, तो लक्षणीय आहे.

याशिवाय 'अजून उजडायचं आहे', 'कळा त्या काळाच्या' यासारखेही

त्यांनी आत्मकथनपर लेखन केले आहे.

२. 'माझी वाकळ' : रत्नाजी आगवणे :- (कॉन्टिनेन्टल प्रकाशन, पुणे,   प. आ. १९९०)

रत्नाजी आगवणे यांनी अतिशय कष्टाने आणि जिद्दीने एका सामान्य कुटुंबातून कलेक्टर होण्यापर्यंतची जी धडपड केली, ती खूपच विलक्षण, विलोभनीय आणि बोलकी आहे.

मनोगतात आपले मत मांडताना ते म्हणतात, ''केवळ माझी कथा वाचकांनी वाचावी म्हणून माझ्या समाजाची लक्तरं उघड्यावर धुण्याचा माझा विचार नाही. माझ्यासारखे अखिल भारतीय प्रशासन सेवेत I.A.S. व सत्तास्थानावर असणाऱ्या अस्पृश्य अधिकाऱ्यांनी आपण कोण होतो? कुठून आलो अन् काय झालो? कसा झालो? असे प्रश्न स्वतःला विचारून आत्मपरीक्षण करावं यासाठी माझा हा प्रयास आहे.'' रत्नाजी आगवणेंचं हे संवेदनाक्षम मन दलितांतल्या मध्यमवर्गीय अधिकाऱ्यांना फटकारणारं आहे.

या आत्मकथनातील भाषा अक्कलकोट परिसरातली असल्याने कानडी भाषेचा प्रभाव पडलेला दिसतो.

४) ढोर समाजाची आत्मकथने

ढोर आणि चांभार ह्या एकाच वर्गात गणलेल्या जाती : परंतु एकाचा व्यवसाय हा कातडी कमावण्याचा, तर दुसऱ्याचा त्यापासून चपला बनविण्याचा.

१. 'कथा माझ्या जन्माची' :- नामदेव व्हटकर

नामदेव व्हटकरांनी शून्यातून स्वतःचे विश्व निर्माण केले. मागासवर्गीय असूनही एक कुशल प्रशासक, नभोवाणी अधिकारी, चित्रपटनिर्माता-दिग्दर्शक, लोककलेचा दीर्घ अभ्यासक, प्रतिभासंपन्न साहित्यिक, प्रगतिशील शेतकरी, जागृत आमदार आणि सामाजिक कार्यकर्ता अशा अष्टपैलू व्यक्तिमत्त्वाची ओळख त्यांच्या आत्मचरित्रातून घडते.

जन्माने ढोर असलेल्या या लेखकाने आपल्या जन्मापासूनची जीवनकथा यात सांगितलेली आहे. अस्पृश्यतेमुळे जे जीवन प्रारंभी त्यांच्या वाट्याला आले, त्याचे चित्रण यात आले आहे. आंबेडकर चळवळीने प्रभावित झाल्यानंतरच्या कालखंडातील जीवनालेखही यात आला आहे. प्रस्तुत आत्मकथन हे लेखकाच्या मृत्यूनंतर त्यांच्या मुलाने (डॉ. अशोक व्हटकर) प्रसिद्ध केले.

३. **'जातीला जात वैरी'** :- ना. म. शिंदे :- (पॉप्युलर प्रकाशन, मुंबई- ३४, प्र. आ. १९९०-९१)

या सर्व दलित आत्मकथनांतून सवर्ण आणि दलित यांचा संघर्ष आणि शोषणाविरुद्धच्या विद्रोहाचे चित्रण वेगवेगळ्या प्रकारे केलेले आढळते. परंतु दलितांतील चतुःसूत्री म्हणून ओळखल्या जाणाऱ्या (महार-मांग-ढोर-चांभार) जातींमधील अंतर्गत जातीयतेचा संघर्ष कुठेही रंगविला गेला नव्हता, तो प्रथमच ना. म. शिंदे यांनी आपल्या आत्मकथनातून चित्रित केला.

प्रस्तुत लेखनात जाति-व्यवस्थेची भीषणता स्पष्ट करून ही जातीयतेची कीड सवर्णांसहित सर्व जातींना कशी पोखरून काढते आहे, हे लेखकाने इथे दाखवून दिले. शिंदे यांनी 'ह्या लिखाणाकडे दलित साहित्यकृती म्हणून न पाहता समग्र समाजव्यवस्थेचे, संस्कृतीचे रूपक म्हणून पहावे'', (प्रास्ताविक पृ.८) असे म्हटलेले आहे. आपल्या ह्या लेखनाने अभिसरण व्हावे, अशी अपेक्षाही त्यांनी व्यक्त केली आहे. भगवान इंगळे यांचे 'ढोर' हे आत्मकथन याच वर्गातील आहे.

५) भटक्या विमुक्त समाजातील आत्मकथने

भटके आणि विमुक्त असे दोन गट याही समाजात आहेत. लक्ष्मण माने (उपरा), भीमराव गस्ती (बेरड), लक्ष्मण गायकवाड (उचल्या) हे विमुक्त जमातीतील, तर दादासाहेब मोरे (गबाळ), गुलाब वाघमोडे (रानभैरी), वैजनाथ कळसे (आयरणीच्या घणा), आत्माराम राठोड (तांडा) हे भटक्या जमातीतील लेखक. यांपैकी काही प्रमुख आत्मकथने अशी :

१. **'उपरा'** : लक्ष्मण माने :- (ग्रंथाली प्रकाशन, मुंबई, डिसेंबर १९८०)

'उपरा' हे भटक्या जमातीतील पहिले आत्मकथन होय. कैकाडी समाजाच्या जीवनातील दारिद्र्याचे चित्रण यात आलेले आहे. या जमातीचा व्यवसाय -पावसाळा संपला की, गाढवं घेऊन गावोगाव भटकायचे, फोक आणून त्याच्या कणग्या, टोपल्या, करंड्या, बुट्ट्या, सूप, झाप, कूड, डफऱ्या इ. साहित्य बनवून ते गावकऱ्यांना पुरविणे; त्या बदल्यात शिळ्यापाक्या अन्नाची याचना करणे, तसेच सुगीच्या दिवसांत खळ्यावर जाऊन गावकऱ्यांनी स्वखुशीने दिलेले धान्य घेणे, अशा प्रकारचे जीवन यांच्या वाट्याला आलेले

आहे.

या जमातीतही स्पृश्यास्पृश्य हा भेदभाव आढळून येतो. लेखकाने मराठा (शशी) मुलीशी केलेला विवाह हा समाजास अमान्य असल्यामुळे त्यांनी केलेल्या तडजोडीविषयी - ''ज्या जातीचा ठपका पुशीन म्हणत होतो, तो गडद झाला होता.'' (पृ. १५७) असे विषण्ण उद्गार काढण्याची पाळी शेवटी लेखकावर आलेली दिसते.

अंधश्रद्धेवरदेखील या लोकांचा दृढ विश्वास आहे. माडवाची कार्तिकीची यात्रा, जेजुरीची खंडोबाची यात्रा, चैत्रामवस्येची काळूबाईची यात्रा हा समाज निष्ठेनं करतो. प्रसंगी त्यासाठी कर्ज काढतो.

२. 'उचल्या' : लक्ष्मण गायकवाड :- (श्रीविद्या प्रकाशन, पुणे - ३०, प्र. आ. ऑगस्ट १९८७)

महाराष्ट्रातील पाथरवट, टकारी, भामटा, गीरनेवडार, कामाटी, घंटीचोर वडार इ. नावांनी ओळखल्या जाणाऱ्या लोकांचा समावेश विमुक्त जमातीत केला जातो.

स्वत: लेखक आपल्या लेखनाविषयीचा हेतू स्पष्ट करताना म्हणतात, ''प्रस्थापितांनी आपले पूर्वग्रह बाजूला ठेवून आमच्याबद्दल नव्याने विचार करावा व त्याच वेळी या जाती-जमातीमधून नवीन पद्धतीने शिक्षण घेऊन जगणाऱ्यांनी या समाजाबद्दलची आपली बांधीलकी सांगावी या दुहेरी हेतूने मी या व्यथा मांडतोय. या लेखनाचे साहित्यिक मूल्यमापन करण्यापेक्षा समाजशास्त्रीय मूल्यमापन व्हावे, ही अपेक्षा!'' त्यांची ही अपेक्षा वस्तुस्थितीला धरूनच आहे.

वरील दोन्ही (उपरा, उचल्या) साहित्यकृतींना ''साहित्य अकादमी'' चा पुरस्कार देऊन गौरविण्यात आले आहे.

३. 'गबाळ' : दादासाहेब मोरे :- (श्रीविद्या प्रकाशन, पुणे. प्र. आ. १९८३)

लेखक जातीने कुडमुडे जोशी. आजदेखील या जातीची भटकंती चालूच आहे. यांचे जीवन अस्थिर स्वरूपाचे आहे. 'आज इथे तर उद्या तिथे' अशी परिस्थिती. हे लोक 'पिंगळा जोशी' म्हणून ओळखले जातात. पिंगळा पक्ष्याची भाषा त्यांना समजते, असा लोकसमज आहे. सूर्योदयापूर्वी भिक्षा

मागणे आणि सूर्योदयानंतर भविष्य सांगून दान मिळविणे हा यांचा व्यवसाय आहे.

पोटाला मिळेल त्या दिशेला भटकणारी ही जमात. जेथे पोट भरेल, ते गाव आपले मानतात. फिरस्तीच्या जीवनामुळे यांना मुलांना शाळेत घालणे शक्य होत नाही. अशाही परिस्थितीत लेखकाने आपले शिक्षण पूर्ण केलेले आहे.

त्यांची गावची (बावची) यात्रा आषाढ महिन्यात असते. त्या वेळेस ते कोंबड्या-मेंढ्यांना बळी देतात. मरगम्मा देवीच्या या यात्रेसाठी सर्वांनी आलेच पाहिजे, असा नियम आहे. विवाह जमातीच्या पाच पंचांत ठरून व्हावा लागतो. तसे झाले नाही तर 'दांडी' किंवा 'मांडी' ही जमातींची कायदा-कलमे लागू होतात.

याशिवाय 'रानभैरी', 'आयरणीच्या घणा', 'बेरड', 'तांडा' 'बिराड', 'चोरटा', 'मरणकळा', 'तीन दगडांची चूल' 'दगडफोड्या' ही सर्व आत्मकथने भटक्या-विमुक्त या वर्गातील लेखकांची आहेत. आपापल्या जातीचे, समाजातील अंधश्रद्धेचे, रूढी-परंपरेचे, धार्मिक विधि-विवाहाविषयीचे चित्रण त्यांत केले आहे.

(६) दलित स्त्रियांची आत्मकथने

दलित पुरुषांनी जशी आत्मकथने लिहिली, तशी दलित स्त्रियांनीही लिहिलेली आहेत.

दलित स्त्री आत्मकथनांनी एकूण स्त्री आत्मकथनाला एक नवाच आशय प्राप्त करून दिला आहे. ही आत्मकथने केवळ मनोरंजनासाठी किंवा आठवणींचा रम्य चाळा करण्यासाठी जन्मली नाहीत, तर जीवनातील विषम समाजस्थितीचे दाहक सत्य प्रतिपादण्यासाठी उदयाला आली. दलित लेखिकांची 'स्त्री' म्हणून काही दुःखे आहेतच; पण त्यापेक्षाही दलित स्त्री म्हणून तिच्या वाट्याला आलेले दुःख हे अधिक गहिरे आहे. 'माझ्या जल्माची चित्तरकथा' सांगतानाच (शांताबाई कांबळे), 'आमचं जीणं' (बेबी कांबळे) किती दाहक आहे, याचा 'अंतःस्फोट' (कुमुद पावडे) दलित स्त्री-आत्मकथनाच्या रूपाने झाला. एका परीने 'मिटलेली कवाडे' (मुक्ता सर्वगोड) सताड उघडली. आपण जे जीवन जगलो ते अत्यंत निर्भीडपणे व मुक्तपणे व्यक्त करणारी

दलित स्त्री-आत्मकथने म्हणजे मराठी आत्मकथनाला गवसलेली एक नवी दिशाच होय.

१. **'मला उद्ध्वस्त व्हायचंय'** : मलिका अमरशेख :- (मॅजेस्टिक बुक स्टॉल, गिरगाव, मुंबई-४, प्र. आ. १९८४)

"स्वतःच्या आयुष्याला सामोरं जाणं यापेक्षा चारचौघांसमक्ष त्याचं निखळ नग्न रूप पाहणं जास्त कठीण आणि दाहक असतं. मला एक स्त्री म्हणून या पुरुषप्रधान संस्कृतीकडे न्याय मागायचाय. माझ्यापुढे माझी भूमिका स्पष्ट आहे." अशी स्पष्ट भूमिका मलिका अमरशेख यांनी आपल्या 'मला उद्ध्वस्त व्हायचंय' या आत्मकथेच्या प्रारंभीच घेतलेली आहे. संपूर्ण आत्मकथाच स्पष्ट व परखड भाषेत, एका विशिष्ट व निश्चित हेतूने प्रेरित होऊन लिहिलेली आहे. तसेच त्यापुढे 'ही आत्मकथा म्हणजे एका पराभूत अपयशी मनाचा हा प्रवास आहे', त्या असे म्हणतात.

२. **'अंतःस्फोट'** : कुमुद पावडे :- (आनंद प्रकाशन, जयसिंगपुरा, औरंगाबाद, प्र. आ. मार्च १९८१)

'अंतःस्फोट' हे कुमुद पावडे यांच्या जीवनाचा आलेख रेखाटणारं किंवा केवळ त्यांच्या व्यक्तित्वाचं, कर्तृत्वाचं, सुसंगतवार चित्रण नसून आपल्या आयुष्यातील काही आठवणी ललित लेखनाच्या रूपाने, एका दलित प्राध्यापिकेच्या उद्वेगातून, चिडीतून, भावविवशतेतून फुटून आलेलं वैचारिक, चिंतनात्मक, आत्मानुभवी असे लेखन आहे.

त्यांनी आंतरजातीय विवाह केलेला आहे. त्याविषयीचे ताण-तणाव त्यांच्याही परिचयाचे आहेत. त्याचं 'संस्कृत' मधून एम. ए. होणं, संस्कृतची प्राध्यापिका होणं हे बुद्धिजीवी समजल्या जाणाऱ्या प्राध्यापकवर्गाला न मानवल्यामुळे कुत्सित बोलणं, अपमानित करणं यामुळं लेखिकेचं मनही कणखर झालेलं आहे. म्हणूनच कुणी बारश्याला बोलावलं, की त्या 'मला तुमच्या हातचं चालत नाही. दुसऱ्याच्या स्वच्छतेवर माझा विश्वास नाही.' असे म्हणून त्या त्यांनाच खिजवत असतात.

३. **'माझ्या जल्माची चित्तरकथा'** :- सौ. शांताबाई कांबळे

शांताबाई कांबळे यांचं हे आत्मकथन म्हणजे आयुष्यात प्रथमच स्त्री-शिक्षणाची संधी मिळालेल्या दलित स्त्रीच्या संघर्षमय जीवनाची ही कहाणी

आहे. प्रस्तुत आत्मकथनात लेखिकेने आपल्याला शाळेत टाकल्यापासून ते १९८१ साली शिक्षणाधिकारी म्हणून निवृत्त होईपर्यंतच्या सतत विकसित होत जाणाऱ्या जीवनाचा आलेख चित्रित केलेला आहे.

४. **'मिटलेली कवाडे'** : मुक्ता सर्वगोड :- (चेतश्री प्रकाशन, अंमळनेर, प्र. आ. १९८३)

हे एका समाजसेविकेचं आत्मकथन आहे. लेखिकेनेच म्हटल्याप्रमाणे "यात माझ्या आयुष्यातील अनुभवलेले प्रसंग गोवले आहेत. यातून समाजदर्शन घडावं हा माझा हेतू आहे, माझ्या आयुष्याचं प्रदर्शन मांडण्याचा नाही." (पृ. ५) दलित सामाजिक जीवनाचे दर्शन घडविताना, समाजसेवा करताना होणाऱ्या चुका, चुकीचे दृष्टिकोन, समाजसेवेच्या खऱ्या गरजा आणि उणिवा वाचकांसमोर मांडण्याचा त्यांचा हेतू आहे. तसेच त्यांनी समाजसेवेसाठी लागणारे पर्यायही सुचविले आहेत. 'करपलेले घुमारे' हे त्यांचंच पुढील आत्मकथन.

५. **'जिणं आमुचं'** : बेबी कांबळे :- (रचना प्रकाशन, पुणे, १९८६)

या आत्मकथनाच्या प्रस्तावनेत मॅक्सीन बर्कसन यांनी म्हटल्याप्रमाणे "पन्नास वर्षापूर्वीच्या पश्चिम महाराष्ट्रातील महार समाजाचे व प्रामुख्याने स्त्री-जीवनाचे चित्रण हा या पुस्तकाचा खरा गाभा आहे." लेखिकेने यातून स्वतःच्या आयुष्याचा वेध घेण्याचे पूर्णतः टाळलेले आहे. स्वतःपेक्षा आपल्या समाजाच्या पूर्वायुष्याचे चित्रण 'जिणं आमुचं' मध्ये केलेले आहे. हे जिणे केवळ एकट्या लेखिकेचे नसून लेखिकेसारख्या अनेक स्त्रियांचे आहे. महार समाजातील स्त्री, तिचा अल्पवयातील विवाह, तिच्यावर वरचष्मा ठेवण्यासाठी सतत प्रयत्नरत असणारी सासू, तिने पळून जाऊ नये म्हणून तिच्या पायात खोडा टाकणारे व प्रसंगी तिचे नाक कापायला सिद्ध असणारे सासू, सासरा, दीर, नवरा या सर्वांचे भेदक दर्शन लेखिकेने घडविले आहे. याशिवाय अंगात येणे, पोतराज सोडणे, देवदेवतांना तुष्टविणे यांत हा समाज आपली सर्व दुःखे कशी विसरत होता, याचेही चित्रण केलेले आहे.

अशा या नानाविध जातिजमातींच्या स्त्री-पुरुषांच्या आत्मकथनांच्या पार्श्वभूमीवर शरणकुमार लिंबाळे यांच्या आत्मकथनांचा वर्ग कुठला? असा एक प्रश्न उपस्थित होतो. गावात गेल्यावर 'महाराचे पोर' म्हणून तर महारवाड्यात

आल्यावर 'अक्करमाशी' म्हणून त्यांना हिणवले गेले आहे. ते धड सवर्णांतही मोडत नाहीत अन् अस्पृश्यांतही. 'अनैतिक संबंधातून जन्माला आलेल्या मुलाचा प्रश्न' हा तर त्यांच्या आत्मकथनाचा मूळ गाभा आहे. आजपर्यंत त्यांनी 'अक्करमाशी', 'बारामाशी' आणि 'राणीमाशी' अशी एकूण तीन आत्मकथने लिहिली आहेत.

'अक्करमाशी' हे त्यांचं पहिलं आत्मकथन पुण्याच्या श्रीविद्या प्रकाशनाने १९८४ ला प्रकाशित केलं. त्याची दुसरी आवृत्ती १९९० ला निघाली. या पुस्तकाच्या प्रास्ताविकात स्वत: लेखक म्हणतात, ''अक्करमाशी' या आत्मचरित्रानं मला खूप काही दिलं आहे.'' या पुस्तकाला नांदेड येथे भरलेल्या एकोणसाठाव्या अखिल भारतीय मराठी साहित्य संमेलनाचे अध्यक्ष श्री. शंकर पाटील यांच्या हस्ते बा. सी. मर्ढेकर पुरस्कार प्राप्त झाला आणि १९८५-८६ या वर्षाचा राज्यपुरस्कारही लाभला.

'अक्करमाशी' चा डॉ. सूर्यनारायण रणसुभे यांनी हिंदी अनुवाद केला, तर कन्नड अनुवाद दु. नि. बेळगली यांनी केलेला आहे. तसेच इंग्रजीतही 'अक्करमाशी' चा अनुवाद झाला आहे. याशिवाय पंजाबी, मल्याळम, उडिया इत्यादी भारतीय भाषातदेखील अनुवाद झालेले आहेत.

त्यांचे 'बारामाशी' हे आत्मकथनदेखील श्रीविद्या प्रकाशनाने १९८८ ला प्रकाशित केले. यात प्रामुख्याने त्यांनी दलित ब्राह्मणाचे जीवन चित्रित केले आहे. कल्पना व वास्तव यांतून ही आत्मकथा आकाराला आली आहे.

'राणीमाशी' हे त्यांचेच तिसरे आत्मकथन १९९२ मध्ये प्रकाशित झालं. त्यांच्या या आत्मकथनपर लेखनाचा परिचय यापुढील स्वतंत्र प्रकरणांतून करून घ्यावयाचा आहे. या आत्मकथनाव्यतिरिक्त कथा, कादंबरी, कविता, संपादने, समीक्षात्मक लेखनातील त्यांचा वाटा मोठा आहे.

■■■

संदर्भसूची

१. भालेराव (डॉ.) विमल : समकालीन साहित्यातील चरित्रे व आत्मचरित्रे, समकालीन साहित्य : प्रवृत्ती आणि प्रवाह, संपादक मृणालिनी पाटील आणि इतर, विजय प्रकाशन, नागपूर, प्रथम आवृत्ती - मे १९८५, पृष्ठे १५६-७६
२. कऱ्हाडे (डॉ.) सदा : "चरित्र आणि आत्मचरित्र", मुंबई. १९७६ पृ. १०१
३. भालेराव (डॉ.) विमल : आधुनिक मराठी वाङ्मयातील स्त्रियांची आत्मचरित्रे : एक अभ्यास, नागपूर १९८६, पृ. १६
४. खोले (डॉ.) विलास : "आत्मचरित्र व चरित्र : एक चिकित्सा", साहित्यसूची, पुणे. दि.अं. १९८७, पृ. १४७
५. मिरासदार वसंत : "मराठीतील आत्मचरित्रे : काही विचार", साहित्यसूची, उ. नि., पृ. ११
६. खोले (डॉ.) विलास : "आत्मचरित्राचे आकलन- एक दिशा" महाराष्ट्र साहित्य पत्रिका, पुणे, दि.अं. १९८३, पृ. ११-१२
७. फडके (डॉ.) भालचंद्र : "अलीकडची आत्मचरित्रे", म.सा.प. मे -जून १९७६ पृ. ७
८. जोशी (प्रा.) अ.म. : "चरित्र-आत्मचरित्र", साहित्यसूची उ. नि.,पृ. १०१
९. साधले आनंद : "आत्मचरित्राविषयी काही विचार", सत्यकथा, मुंबई, १९७२, पृ.७
१०. कुलकर्णी (प्रा.) वा.ल. : "वाङ्मयीन टीपा आणि टिप्पणी", आ. ति. मुंबई. १९७०, पृ.११२
११) किर्लोस्कर शं. वा. : "आत्मचरित्राच्या निमित्ताने", ललित, दिवाळी १९७४, पृ. २४
१२. कुलकर्णी कृ. पां. : "कृष्णाकाठची माती", प्र. आ. मुंबई १९६१,पृ.४
१३. कुलकर्णी (प्रा.) वा. ल. : "वाङ्मयीन टीपा आणि टिप्पणी", उ. नि. पृ. १०९

१४. संत जान्हवी : ''चरित्र- आत्मचरित्र'' कोल्हापूर, पृ. ४५

१५. नलगे (प्रा.) चंद्रकुमार, पानतावणे (डॉ.) गंगाधर : ''दलित आत्मकथन'', प्रस्तावना, पुणे, १९८६

१६. पानतावणे (डॉ.) गंगाधर : ''अस्मितादर्श'', प्रस्तावना. औरंगाबाद, दि.अं. १९८३,पृ.८

१७. गजभिये (डॉ.) अनिल : ''सामूहिकतेचे अनुभवदर्शन'', सुगावा, संपा. विलास वाघ, पुणे, दिवाळी अंक. १९८८,पृ.२१

१८. बांठेकर भालचंद्र : ''आत्मचरित्राचे वय'', साहित्यसूची, पुणे, ऑगस्ट १९८६, पृ.४४

१९. मुलाटे (प्रा.) वासुदेव :''सहा दलित आत्मकथने : एक चिंतन'', औरंगाबाद, प्र. आ. १९८५, पृ. ७१

२०. पाटील अशोक : ''दलितांचे स्व-कथन'', अनुष्टुभ, धुळे, जु.- ऑ. १९८१ पृ.३१

२१. मनोहर (डॉ.) यशवंत : ''दलित स्वकथने'', ऋतुगंध, संपा. ज्योती आटसकर, नागपूर, दि.अं. १९८७, पृ. ४९

२२. साधले आनंद :''चूल मातीची मोल मोत्याचे'' , साहित्यसूची, पुणे, दि.अं. १९८७, पृ.२५

२३. सौ. कुलकर्णी आरती : ''दलित स्वकथने : साहित्यरूप'', नागपूर, प्र. आ. जानेवारी १९९१, पृ.३२

२४. मुलाटे (प्रा.) वासुदेव : उनि. पृ.३

२५. फडके (डॉ.) भालचंद्र : ''दलितांची आत्मकथने : काही प्रश्न'', अस्मितादर्श, दि.अं. १९८३, पृ.८५

२६. मुलाटे (प्रा.) वासुदेव : उनि. पृ.७१

२७. कुलकर्णी आरती : उनि. पृ.३३-३४

२८. खरात शंकरराव : ''आठवणींचे पक्षी'', मुखपृष्ठावरील अभिप्राय.

२९. तुपे उत्तम बंडू : ''समीक्षकांना सूर सापडलेला नाही'', अस्मितादर्श, दि.अं. १९८३, पृ.१६२.

■ ■ ■

२. अक्करमाशी : एक आकलन

प्रास्ताविक

ग्रामीण भागात अक्करमाशी आणि बारामाशी हे शब्द तसे नवीन नाहीत. सोन्याच्या बाबतीत हा शब्द सर्रास वापरला जातो. अकरामास म्हणजे भेसळयुक्त आणि बारामासाचा म्हणजे शुद्ध. बावीस कॅरेटचा तो अकरामासी. तसंच शरणकुमार लिंबाळे यांच्या जीवनाचंही आहे. लिंबाळे यांचा जन्मच मुळी अनैतिक संबंधातून झालेला आहे. विवाहबाह्य संबंधातून ज्याचा जन्म झालेला असेल, तो समाजाच्या दृष्टीने 'अक्करमाशी' म्हणून ओळखला जातो.

समाजमान्य स्त्री-पुरुष वैवाहिक संबंधातून जन्मलेले औरस किंवा बारामासे, तर नीतिबाह्य संबंधातून जन्मलेले अकरामासे, अशुद्ध असे आपला समाज मानत आला आहे. अक्करमाशी म्हणजे अनौरस संतती.

लिंबाळे यांनी अक्करमाशी म्हणून जे जीवन पाहिलं, अनुभवलं, भोगलं, तेच त्यांनी आपल्या आत्मकथनात सांगितलेलं आहे. जिवंतपणी त्यांना मरणयातना सोसाव्या लागल्या. लीला भेले म्हणतात, ''प्रेताळ आयुष्याची जिवंत अनुभूती म्हणजे 'अक्करमाशी' ''[१] अक्करमाशीतील लेखन चिंतनाच्या पातळीवर झाले आहे. यात उपस्थित केलेले प्रश्न वाचकांसमोर असंख्य आव्हाने उभी करतात. ही आव्हाने जशी सवर्ण जमीनदारांना आहेत तशीच ती दलितांनाही आहेत. '' 'अक्करमाशी' हे आत्मकथन म्हणजे निखाऱ्याशी

नाते सांगणाऱ्या, आत्मभान आलेल्या चिंतनशील कवी-प्रकृतीचा आविष्कार होय.''[२]

लेखकाची आई महार तर वडील लिंगायत. आई झोपडीत, तर बाप माडीत. वडील जमीनदार तर आई भूमिहीन आणि लेखक अक्करमाशी. गावभाषा, आई-वडील, जात-धर्म या सर्वच बाबतीत ते दुभंगलेले आणि व्यक्तित्व हरवलेले. त्यांच्या अस्तित्वाला अनौरस म्हणून हेटाळलेलं. इथल्या नीतीनं त्यांना गुन्हेगारासारखं वागवलं. मी कोण? सवर्ण की अस्पृश्य? या प्रश्नाचे उत्तर शोधीत ही आत्मकथा साकारत जाते.

शरणकुमारला त्यांच्या बहिणीने, पत्नीने, मेव्हण्याने आपल्या आई-वडिलांचा तमाशा जगाला दाखवू नकोस, म्हणून विनविलं. लोकांनी हे वाचलं तर आपल्या मुलाबाळांचं काय? त्यांना कोण स्वीकारणार? त्यांची ही भीती रास्त होती. पण शरणकुमार म्हणतात, ''प्रत्येक गावात पाटील-जमीनदार असतात. त्यांची एक रांड असते. या रांडेच्या मुलांच्या व्यथा लोकांना कळण्यासाठी, हा कथेचा प्रपंच मी केलेला आहे.'' तर के. व्ही. सरवदे म्हणतात - ''शरणकुमारनं जर हे आत्मचरित्र लिहिलं नसतं, तर कित्येक नासवलेल्या दलित स्त्रियांच्या काळ्याकुट्ट इतिहासाचा उलगडाही झाला नसता; अथवा 'रांडपुत्र' म्हणून मारलेल्या कावळ्यांच्या टोच्याचे दुःखही कमी होऊ शकले नसते.''[३] किमान यापुढे तरी कुणी असा प्रकार करू पाहणार नाही. एक प्रकारे समाजातील बदफैलींना पायबंद घालण्याचा प्रयत्न केला आहे.

'अक्करमाशी' हे आत्मकथन इतर दलित आत्मकथनांहून वेगळे आहे. इतर आत्मकथनांत दैन्य, दारिद्र्य, अस्पृश्यता या दुःखाचे चित्रण आढळते; तर 'अक्करमाशी'तील भयावह दुःख आहे ते अक्करमाशीपणाचे! त्यामुळे 'अक्करमाशी'चा विचार हा तीन पद्धतींनी करता येईल. तो म्हणजे एक - 'अक्करमाशी', दोन -'दैन्य-दारिद्र्य' आणि तीन- 'अस्पृश्यता'.

२. 'अक्करमाशी'तील व्यक्तिदर्शन

शरणकुमार लिंबाळे यांनी स्वतःचे चित्र करताना त्यांच्या सहवासात आलेल्या व्यक्तींचेही चित्रण केलेले आहे. मसामाय, संतामाय, महामूद जमादार (दादा), ईठ्ठल कांबळे, हणमंता लिंबाळे, यशवंतराव सिद्रामप्पा

पाटील या प्रमुख व्यक्तींशिवाय इतर गौण व्यक्तिरेखांचेही चित्रण त्यांनी केलेले आहे.

मारत्या, मल्ल्या, उंबऱ्या, परश्या, निल्या, इस्मल्ल्या, भिमा इत्यादी लेखकाचे शाळकरी सवंगडी; तर नागी, निरमी, वनी, सुनी, पमी, इंदिरा, तम्मा, सिद्राम, चंपा, लक्ष्या ही लेखकाची भावंडे; चंद्रामाय, अनसामाय, कोंडामाय, कमळाक्का, गंगू वैदीण, शोभी, शेवंता, देवकी, धानव्वा, शांताआत्या इत्यादी नमुनेदार स्वभावाच्या स्त्रिया; प्रल्हादबाप, दत्तूमामा, संभूबाप, बाशाकाका, इमाम, दादुन्या गोंधळी, भोसलेगुरुजी, मुल्लागुरुजी, हलगी वाजविणारा जेटिंगा, हावरा व विचित्र लक्खूबाप, उलट्या काळजाचा केरूबाप, शोभीवर मरणारा हऱ्या, मच्छिंद्रअण्णा, रेवप्पा, कुमारमामा इत्यादी मानवी स्वभावाचे इरसाल नमुने; या व्यक्तिरेखांनी प्रस्तुत आत्मकथेच्या जीवनपटाची गुंफण केली आहे. लेखकाच्या प्रामाणिकपणाबद्दल त्यांच्या गुणांची कदर करणारी, प्रशंसा करणारी हिरेमठसरांसारखी या आत्मकथेतील व्यक्तीही तितकीच महत्त्वाची आहे.

स्त्री-दर्शन

१) मसामाय :- मसामाय ही लेखकाची जन्मदात्री. तिचा विवाह 'बासलेगाव'च्या ईठ्ठल कांबळेशी झालेला. तो गावच्या पाटलाच्या (हणमंता लिंबाळे) शेतात सालगडी म्हणून राबत असतो. तीन अपत्यांनंतर तो मसाईचे पाटलांशी संबंध असल्याचा संशय घेऊन तिला फारकत (सोडचिठ्ठी) देतो आणि तिथून पुढे मसाईच्या जीवनाला एक वेगळीच दिशा मिळते.

मसाईवरचा हा संशय खरा ठरतो आणि ती हणमंता लिंबाळेबरोबर अक्लकोटमध्ये एका भाड्याच्या खोलीत राहू लागते. मसाईला परत दिवस जातात. तेव्हा मात्र हणमंता लिंबाळे हा मसाईला नाकारतो. शेवटी मसाईला एकमेव आधार वाटतो तो म्हणजे आपल्या हन्नूर या माहेराचा आणि संतामाय या आईचा. हन्नुरात-देखील गावच्या यशवंतराव पाटलांशी पुन्हा तिचे सूत जमते. आणि ती आठ मुलांना जन्म देते. सारांश, लग्नाचा नवरा विठ्ठल कांबळेपासून तीन, हणमंता लिंबाळेपासून एक, तर यशवंतराव पाटलापासून आठ अशा एकूण बारा मुलांना ती जन्म देते.

एकदा व्यभिचारास बळी पडूनही दुसऱ्यांदा ती हा धोका का पत्करते?

या प्रवृत्तीमागे तिची कोणती भूक महत्त्वाची? शारीरिक की मानसिक? की, "आपल्यावरचा हा कलंक काही केल्या पुसला जाणारच नाही", म्हणून तर पुन्हा ती या गर्तेत खोल रुतत गेली नसेल? असे काही विचित्र आणि अनाकलनीय प्रश्न मसाईच्या संदर्भात उपस्थित होतात.

लेखक अशा या आईविषयी लिहितो, "...ती माझी अर्धी आई, अर्धी पाटलाची बाई. या रहाटगाड्यात तिनं कधी माझ्या पाठीवरून हात फिरवला तर तो स्पर्श मला जीवन देणारा वाटायचा" किंवा "माझ्यासाठी तिचा पान्हा अवघडला असताना तिचे हात मात्र पाटलाच्या मर्जीत गुंतलेले असायचे." "माझी आई मला कुंतीपेक्षाही श्रेष्ठ वाटायची." माझी आई व्यभिचारी नाही. ती समाजव्यवस्थेची बळी आहे. तर कधी कधी आईविषयी चिडून, संतापून लेखक म्हणतो, "चवचालपणे वागणाऱ्या स्त्रीच्या अंथरुणावर म्या का जाऊ नये?" (पृ. ५३) सळसळत्या रक्ताच्या, तरुणाच्या बदल्याच्या भावनेची ही परिसीमा दाखविणारा हा प्रश्न. भडकलेला तरुण किती खालच्या पातळीपर्यंत जाऊ शकतो, हे सूचित करतो.

अशा मसामायचं दारू गाळणं, ती विकणं, विकताना दारुड्यांचा ओंगळ स्पर्श, ओढाओढी, यातून जन्माला आलेल्या बारा जीवांच्या खळगीसाठी करावी लागणारी तिच्या जिवाची ओढाताण शेवटपर्यंत सुटत नाही.

२) संतामाय :- मसामाय आणि तिचा सर्व कुटुंबकबिला सांभाळणारी संतामाय तरी कोणते सुख भोगते? तिला शेजारच्या तिर्थात दिलेलं होतं. एका मुलीच्या पाठीवर मूल झालं नाही म्हणून नवऱ्यानं तिला सोडून दिलं. पण संतामाय आपलं दुःख उगाळत बसत नाही, तर मसामाय आणि तिची मुलं, मसामायला ज्यानं ठेवली तो यशवंता पाटील, मूल न झाल्यानं नवऱ्यानं सोडलेली तिची बहीण चंदामाय आणि नात्याचा ना गोत्याचा, जातीचा ना धर्माचा महामूद जमादार (दादा) या सर्वांची ती घार होऊन राहते. त्यांच्यासाठी फटकळ तोंडाची संतामाय स्वतः दारू गाळते, विकते, पोटासाठी भाकरी मागते. शेणातील ज्वारी धुवून-वाळवून, दळून त्याच्या भाकरी स्वतः खाते. शरणला मात्र ती जोगव्याच्या पिठाची भाकरी करून घालते.

शरणच्या जीवनात या आजीला फार मोठे स्थान आहे. आईपेक्षा आजीच इथे मातेची भूमिका पार पाडताना दिसते. त्यामुळे तीच खरीखुरी

शरणची जन्मदात्री वाटते. आईची ममता देत, लाडाकौतुकानं ती शरणला लहानाचा मोठा तर करतेच; पण त्याला शाळेत घालून नोकरी व मानसन्मानापर्यंत पोचविते. अर्थात यातील यशाचा वाटेकरी दादाही आहे.

संतामाय झाडू मारणे, लग्नसराईत धुणी-भांडी करणे अशी गावकीची कामे करते. शरण जेव्हा आपल्या आजीला पाहून (१५ ऑगस्ट, २६ जानेवारी) जोरजोरात घोषणा देतो, तेव्हा ती नातवाचं कौतुक वाटून दोन खराटे जास्तच मारते.

याशिवाय स्वतःच्या बापापासून दिवस गेलेली धानव्वा, पाटलाच्या थोरल्या पोरासंगं जाणारी नागी, आपलंच पिल्लू खाणारी देवकी, फिरते जनरल स्टोअर्स -गंगू वैदीण, शेवंता, जना-मावशी, चंदामाय, शोभी, अनसामाय अशा नानाविध स्वरूपाच्या नमुनेदार स्त्रिया 'अक्करमाशी'तून डोकावतात.

'अक्करमाशी'तील पुरुष

१) महामूद जमादार उर्फ दादा :- दादा शरणच्या जातीचा ना गोतीचा; तरीही तो शरणवर जिवापाड प्रेम करतो. स्वतः हमाली करून पै-पैसा जमवून शरणचे शिक्षण पूर्ण करतो. म्हणूनच शरण म्हणतो, ''हा दादा मला जन्म दिल्या बापावानी वाटायचा.''

दादा व संतामाय हे समदुःखी आहेत. दादाचे मुस्लिम पद्धतीने लग्न झालेले, पण मूल होत नाही म्हणून बायको पळून गेलेली. म्हणून तो संतामायबरोबर राहतो व शरणला बापाचे प्रेम देतो.

गावात दिवे लावणारा, हमाली करणारा, पेपर वाटणारा, शाळेच्या पोरांचे डबे ठेवणारा, दारू पिऊन कुठेही पडणारा, तरीही वाचकांना लोभवणारा हवासा वाटणारा असा हा दादा.

२) हणमंता लिंबाळे :- हा बासलेगावचा पोलिस पाटील. मसाईला भोगून शरणची काळजी न घेता उलट 'याचे डोळे कुंभार धोंड्यावानी हैती' (हा ब्रिटिश काळातील कुविख्यात गुंड म्हणून त्याची ख्याती होती.) असे म्हणून तो शरणचे पितृत्व नाकारतो. मूल नको असते, फक्त मसाईचे शरीर तेवढे त्याला हवे असते. यातून त्याची वृत्ती ही फक्त भोगवादी असल्याचे दिसते. कारण ते मूल उद्या आपल्या संपत्तीत वाटा मागेल, ही भीती त्याला

वाटत असते.

म्हणून शरण अशा या बदफैली व्यक्तीविषयी म्हणतो, "... या बदमाश समाजातील पुरुषाच्या व्यभिचाराच्या समर्थनासाठी त्याला त्याची सत्ता, संपत्ती, समाज, संस्कृती आणि धर्माची पाठराखण असते." (मनोगत.) कारण 'भाकरीही त्येंच्यात हातात हुती अन् इथल्या अब्रूची निरीही त्येंच्याच हातात हुती. एका हातानं भूक भागविली तर दुसऱ्या हातानं भोग घितला." (पृ.५३)

३) यशवंतराव सिद्रामप्पा पाटील :- हा हन्नूरचा पोलिस -पाटील. त्याच्यापासून मसाईला आठ मुलं झाली. त्याने या मुलांची नावे कागदोपत्री हिंदू-लिंगायत अशी लावलेली आहेत. परंतु लिंगायत समाज त्यांना आपले मानायला तयार नाही. म्हणून लेखक "हा एक स्वतंत्र महारवाडा" असा यांचा उल्लेख करतो. हा काका लेखकास त्यांच्या लहानपणी रामायण, महाभारत, पांडव-प्रताप, हरिविजय, वेताळ-पंचविशी सारखी धार्मिक पुस्तके वाचायला आणून देत असे. हा पाटील महार वाड्यातल्या घरी येतो, तेव्हा वडिलासारखा वागतो तर गावातल्या त्याच्या घरी तो परक्यावानी वागतो. "शरण्याला कशाला पाळतूस? कुणाचा कोण है तो?" असं दादाला म्हणणारा हा काका स्वत:पासून झालेल्या मुलींचे विवाह लावून देतो, त्यांना मदत करतो. मसाईच्या नावानं दोन एकर शेती करून देतो. तो येथे हेही स्वत:चेच एक कुटुंब आहे आणि त्याच्या पालनपोषणाची जबाबदारी आपली आहे, असे समजून वागतो.

लिंबाळे आणि पाटील ह्या एकाच जातीच्या दोन व्यक्ती; परंतु त्यांच्या प्रवृत्तीत मात्र कमालीची भिन्नता दिसते.

'अक्करमाशी'तील सवर्ण व दलित तसेच शोषक व शोषित यांच्या निमित्ताने डॉ. शशिकांत लोखंडे म्हणतात, "पिळवणुकीवर विश्वास ठेवणारा शास्ता पाटील-जमीनदार यांचा वर्ग आणि पिळले जाता जाता मृतवत् होत जाणारा दलित वर्ग यांच्यातील संघर्षाचे दर्शन एवढाच या जीवनकहाणीचा अर्थ नाही; तर जीवनासक्ती व वैषम्यबंधन ह्या ताणातूनही न हरलेल्या व्यक्तिमनाचे दर्शन घडविणे हा ह्या जीवनकहाणीचा अर्थ आहे. शेणातील दाणे वेचणारी संतामाय, पाटलाला उलटून बोलणारी मसामाय हेच सिद्ध

करतात.[४]

३.'अक्करमाशी'तील सामाजिक जाणीव

साहित्यिक हा एक विशिष्ट समाजाचा घटक असतो. तो जेव्हा व्यक्तिगत जीवनानुभव घेतो, तेव्हा त्या अनुभवांना सामाजिक जाणिवेची पार्श्वभूमी असते. साहित्यिक आपल्या अनुभवांचा शोध सामाजिक पातळीवर व सामाजिक संदर्भात घेतो आणि त्यांची आपल्या कलाकृतीत अभिव्यक्ती करतो. सामाजिक जाणीव जीवनवाद व वास्तववाद यांच्याशी जवळचे नाते प्रस्थापित करते. डॉ. यशवंत मनोहर म्हणतात, "साहित्य हे समाजजीवनाचे महत्त्वाचे अंग असून इतर अंगांशी त्याचे अंगभूत नाते असतेच. साहित्याचे विश्व हे त्यामुळेच सांस्कृतिक विश्व ठरते. काहीही केले तरी साहित्यकृतीला जीवनापासून तोडता येत नाही."[५] याच भूमिकेतून सौ. आरती कुलकर्णी "सामाजिक जाणीव म्हणजे समाजात प्रत्यही घडणाऱ्या घडामोडींतून, स्थित्यंरांतून विशिष्ट सामाजिक परिस्थितीचे, त्यातून होणाऱ्या समस्यांचे, व्यक्तीच्या वृत्तिव्यवस्थेचे व भावावस्थेचे आकलन"[६] असल्याचे सांगतात.

दलित साहित्यिकांमध्ये हीच तीव्र सामाजिक जाणीव आढळून येते. आणि ती दलित जाणीव म्हणून ओळखली जाते. दलित जाणीव ही मानुषतेच्या मूल्याला प्राधान्य देणारी, परिवर्तनवादी आणि समाजकेंद्री आहे. दलित जाणिवेचे सामाजिक जाणिवांशी नाते सांगताना रा. ग.जाधव म्हणतात, "दलित जाणीव म्हणजे सामाजिक जाणीव आहे. एक प्रकारे तशी ही वर्गीय जाणीव आहे. एका बाजूने दलित साहित्य 'डी क्लास' होण्याचा प्रयत्न करीत आहे; पण दुसऱ्या बाजूने ते वर्गीय जाणिवाच व्यक्त करते असे वाटते. त्या दृष्टीने त्या विशिष्ट समाजाशी ते बांधील आहे, असेही म्हणता येईल. मात्र या वर्गीय बांधीलकीच्या पोटी माणसाला श्रेष्ठ मानणाऱ्या विचार-आचारांशी, त्या आचार-विचारांनी प्रवृत्त झालेल्या समाजाशीच त्याची बांधीलकी"[७] असल्याचे स्पष्ट करतात.

"मी 'अक्करमाशी, 'अस्पृश्य', 'दरिद्री' म्हणून जे जीवन जगलो, तेच शब्दांत मांडले आहे. ही आत्मकथा ज्या समाजात वाढलो आणि गावात जगलो, त्यांचीही आहे." (मनोगत पृ.२) या वाक्यातून स्वत: लिंबाळे आपली सामाजिक बांधीलकी व्यक्त करतात. आणि "या आत्मकथनाकडे

एक कलाकृती म्हणून पाहू नका. तर ही कैफियत आहे, म्हणून सामाजिक अत्याचाराची एक घटना म्हणून पाहावे.'' (मनोगत पृ.१२) असे सांगून आपल्या एका मुलाखतीत 'अक्करमाशी' एक कलाकृती जशी आहे, तशी ती एक सामाजिक समस्या आहे. सामाजिक परिवर्तनाच्या संदर्भात 'अक्करमाशी'चं थोर-लहानपण मोजलं जावं, समीक्षेच्या चौकटीत नव्हे.''८ असे स्पष्ट करतात.

बव्हंशी दलित आत्मकथनातील लेखक हा स्वत:विषयी सांगताना तो समाजाविषयीच अधिक बोलताना दिसतो. त्यामुळे यातला नायक हा समाजच असतो आणि लेखक नाममात्र असल्याची प्रचिती वारंवार येते. समाजाविषयीचे आपले नाते दलित लेखक अधिक घट्ट करून वावरताना दिसतो.

शरणकुमार लिंबाळे यांची आत्मकथा ही इथल्या विषम आणि विवाहबाह्य संबंधातील समाजव्यवस्थेतून आकारली आहे. इथल्या वर्ग, वर्णव्यवस्थेची रचनाच मुळी अन्याय, अत्याचाराला खतपाणी घालताना दिसते. परिस्थितीचे चित्रण करताना, ''या बदमाश समाजातील पुरुषाच्या व्यभिचाराच्या समर्थनासाठी त्याला त्याची सत्ता, संपत्ती, समाज, संस्कृती आणि धर्माची पाठराखण असते.'' असे सांगून शोषक व शोषित यांतला भेदभाव स्पष्ट करताना लिंबाळे पुढे म्हणतात, ''वडिलांकडे वर्ग-वर्णव्यवस्थेने प्रतिष्ठा मिळवून दिलेली होती; तर याउलट माझी आई अस्पृश्य व दरिद्री. ती उच्च कुळात जन्मली असती, श्रीमंत असती, तर ती या बलात्काराला कशी तयार झाली असती? हा व्यभिचार नसून माझी आई समाजव्यवस्थेची बळी आहे.'' (मनोगत पृ.२) अशा अनेक विधानांतून लिंबाळे सामाजिक विषमतेचे दर्शन घडवितात.

कलावंताच्या रस, रूपगंधात्मक अनुभूतीला त्या काळातील सामाजिक, सांस्कृतिक परंपरांमुळे विशिष्ट दिशा लाभते आणि विविधता येते. हिंदू धर्म हा जगात श्रेष्ठ म्हणून गणला जातो. त्याची ती सांस्कृतिक परंपरा, अनेक जाति-जमातीची माणसं इथे गुण्यागोविंदाने कशी राहिली, अनेक जातीची, धर्माची साधी माणसं 'वारकरी संप्रदाया'त संत म्हणून गणली गेली. उदा., चोखा महार, जनाबाई, कान्होपात्रा वगैरेंसारखे भक्तही होऊन गेले. अशा अनेकविध कारणांनी हिंदू धर्म श्रेष्ठ म्हणून गणला गेला, तरी इथल्या उच्चवर्णीयांनी दलितांना माणूस म्हणून वागविले नाही. या धर्माची रचनाच

मुळी मनुस्मृतीच्या तत्त्वावर आधारलेली आहे. आणि म्हणून लेखक आपले अनुभव शब्दबद्ध करताना लिहितात, ''आमीबी धर्मानं हिंदू. आमीबी माणसं हाव. गावातली सगळी पोरं देवाजवळ जातात, पर आमाला देवाजवळ जाता येत न्हाय. 'मुले म्हंजी देवाघरची फुले' आमी देवाघरची फुले न्हौतो. आमी गावाबाहिरचा केरकचरा. एकाच शाळेत अनेक जातींची गट. आमच्या वस्तीची गावापासून नाळ तोडलेली. जणू प्रत्येक गावची फाळणी करून गावाबाहेर टाकलेलं.'' (पृ.४) तसेच ''माणसामाणसांत द्वेष पसरविणारा देव कसला? सारी परमेश्वराची लेकरं, मग आमी अस्पृश्य कसे? आमाला गावाबाहीर ठिवणारा देव, धर्म, देश मान्य नाही. का ठेवलं आमाला गावाबाहीर? का ठेवलं आमाला आमच्या बाहिर? माणसामाणसांत फरक कसा? सगळ्यांचं रक्त लालच की!'' (पृ.५१) असे काही लिंबाळे यांचे प्रश्न जीवनाच्या सखोल चिंतनातून सामाजिक पातळीवर येताना दिसतात.

'अक्करमाशी' या आत्मकथनातून अस्पृश्यतेच्या जाचकतेचे कुरूप दर्शन घडवीत असताना शरणकुमार लिंबाळेंचे सामाजिक भान ठिकठिकाणी व्यक्त झालेले दिसते. विशेषत: महार म्हणून जी उपेक्षा त्यांच्या वाट्याला आली, त्यातून ते त्यांच्या मनातील विचारांची साखळी गुंफतात.

लहानपणी जातीयतेमुळे निर्माण झालेला दुरावा, तेल्याच्या वाड्यात शाळा भरायची तेव्हाचा प्रसंग, लेखकाला घरमालकाचा खावा लागणारा मार, मास्तरांच्या चपला त्यांना 'रामाच्या पादुकां'वानी वाटायच्या; त्यांनाही शिवायचं नाही, अशा अनेक प्रसंगांतून अस्पृश्यतेचे चटके त्यांना लहानपणापासूनच सहन करावे लागले.

ही झाली सवर्ण-दलितांतील विषमता. परंतु दलितांमध्येही कसे भेदभाव पाळले जातात, याचे वर्णन करताना लिंबाळे म्हणतात, ''जनावराच्या मुत्राला पवित्र म्हणून किंमत. पण मांगाच्या गुंडग्यात पाणी प्यालेलं चालत नाही.'' (पृ.३)

अबोध मनावर झालेला परिणाम हा किती खोलवर असतो, त्याचा प्रत्यय दलित मुलांच्या साध्या खेळण्यातूनही प्रत्ययास येतो. पहा- ''धकलपणी आमी खेळबी पडाचेच खेळायचे. कुणी पड होऊन मरून पडायचं. आमी धा-बारा पोरं गिधाडं व्हायाचो. सोन्या गिधाड हा सगळ्यात मोठा. त्येची चोच

बाकदार. सोन्या गिधाड एकजण व्हायाचा. या खेळाच्या गिधाडामधी मांग गिधाडबी असायचं. मांग गिधाड मातूर लांब लांब उभं राहून खेळायचं. पड झालेल्या पोराला डिवचायचो. गिधाडावानी वरडायचो." (पृ.१२,१३) तसेच भूत आणि पुजाऱ्याचा खेळ या प्रसंगातूनही वरील गोष्टीचं प्रत्यंतर येतं.

सवर्णीयांकडूनच नव्हे तर स्व-जातीतील लोकांकडूनही शरणला अपमान सहन करावा लागतो. महार-मांगाला आजही तुच्छ लेखतात. शरणचा मित्र भिम्या मांग. त्याला पाणी देणार इतक्यात संतामाय ओरडते, "आरं, मांगाच्या नादी काय लागलायस? गाव जळालाय का खेळाय? त्येला तांब्या देऊ नको. बाटवचील. दूर हो." (पृ. १६) पुढे संतामाय आपला जातीय अभिमान व्यक्त करताना सांगते, "मांगासंगं खेळलाच तर भाकर बंद करीन. मग जा मांगवाड्यात. राजाचं लेकरू तू, राजावानी खाऊन खेळायचं. पाटलाचा हैच की तू." (पृ. १७) शरण आणि शेवंता यांचं प्रेम आणि लग्नाचा विचार याविषयी शरण म्हणतो, "संतामाय शेवंताला मागणी घालीन म्हणायची. पर कसं शक्य हाय? म्या अक्करमाशी. शेवंताचं माझं लगीन कसं व्हईल?" तर संतामाय सांगते, "महार लै कडू हैती... आमाला घिऊन निजतील. तू त्या शेवंताचा नाद सोड." (पृ.२३) आणि शरणचं पहिलं-वहिलं प्रेम कोमेजून जातं.

स्वतःचा विवाह जमवितानाही त्यांना कटू शब्द ऐकावे लागलेले आहेत.

"आमचं घराणं बारामाशी हाय. चांगला पावनपना पायजे." (पृ. ७२)

राजकारण, लोकशाही व आपली जमात यांचा संबंध तपासताना "ज्यांना मतपत्रिका वाचता येत नाही, ती कसली शासनकर्ती जमात?" असाही प्रश्न लेखक उपस्थित करतात.

३.१ सामाजिक वास्तव आणि नायकाचे अस्तित्व

दलित आत्मकथनामधील अस्तित्ववादाच्या दृष्टीने "मी कोण?" आणि "माझ्या जगण्याचा अर्थ काय?" हे प्रश्न यातील नायकांना सातत्याने सतावत असतात.

लिंबाळे जेव्हा स्वतःवर आलेल्या परिस्थितीची कारणे शोधतात आणि

आपल्या अस्तित्वाचा समाजव्यवस्थेशी संबंध लावतात, तेव्हा,"म्या जल्मल्यावर तमाम पाटील-जमीनदारांचे घरंदाज वाडे अस्वस्थ झाले असतील. माझ्या पहिल्याच उच्छ्वासानं जगातली नीती घाबरली अशील. माझ्या रडण्यानं इथल्या तमाम कुंतींना पान्हा फुटला अशील!... म्या कुण्या वंशाचा वारस? कुणा हक्काच्या बापाचा पोर?"असे प्रश्न लेखकाला घेरून टाकतात. कुणाचा जन्म हा अनैतिक कसा असू शकेल? जीवनाची गतिशीलता टिकविणारा हा प्रसंग तर मंगल आहे. म्हणूनच भालचंद्र नेमाडे "कोणाचाही जन्म हे जीवशास्त्रीय सत्य असते, ते धार्मिक किंवा नैतिक असू शकत नाही."[१] असे आपले मत स्पष्ट करतात.

शरण आपल्या अस्तित्वाचा अर्थ शोधताना म्हणतो, "मी व्यभिचाराचं प्रतीक का?" तर नाही. कारण त्यांचं आजचं चळवळीत वावरणारं, शिकलेलं मन म्हणतंय नाही. हा व्यभिचार नाही तर स्त्री म्हणून विशिष्ट वर्गातील, जातीतील दुर्बल घटक म्हणून तिचे झालेले जे शोषण आहे, त्याचा मी परिपाक आहे आणि हे मन याहीपुढं जाऊन सांगतं की, "माझी आईच फक्त या शोषणाची एकमेव बळी नाही; तर असे कितीतरी दुर्बल घटक बळी पडलेले आहेत. येथे हे दु:ख केवळ वैयक्तिक पातळीवरून नव्हे तर सामाजिक पातळीवरून व्यक्त होते. अशा स्त्रियांच्या वेदना सांगणाऱ्या काही गोष्टी लेखक सांगतात. कोंडामाय, अंबूमाय, जनी, देवकी अशा कितीतरी स्त्रियांच्या रूपाने या वेदना व्यक्त होतात. बोलक्या होतात. धानव्वाला तर स्वत:च्या बापापासूनच दिवस जातात. "देवकी तर सडी बाई... देवकीलाही पोट राहिलं. देवकीनं पहाटं लेकराला जन्म दिला. दिस उजाडण्याच्या आत त्या लेकराला तिनं उकिरड्यात नेऊन पुरलं. आपलंच पिल्लू खाणारी डुकरीण काय येगळी अन् देवकी काय?" (पृ.५५) तिच्या ह्या क्रौर्याचं, आत्मक्लेशाचं कारण सामाजिक परिस्थितीतच लपलेलं आहे.

स्वत:चे आईशी, बहिणीशी, बापाशी आणि समाजाशी नाते काय आहे, हे शोधताना लेखकाच्या वाट्याला अस्वस्थतेपलीकडे काहीच येत नाही. कधी त्यांना स्वत:बद्दल अतिशय राग येतो, कधी समाजव्यवस्थेबद्दल तर कधी जन्मदात्रीबद्दल. पण त्यांचं मन जेव्हा फक्त आईचा विचार करतं, तेव्हा जाणवतात त्या फक्त वेदना. त्यामुळे नीती-अनितीच्या चौकटीने

ठरविलेल्या ज्या कल्पना आहेत, त्यांना धक्का बसतो. पण हे वर्णन अश्लील बनत नाही, कारण ते ज्वलंत अनुभवाशी निगडित आहे.

तसेच शाळेत 'महार' म्हणून वेगळे बसणे, आपल्या ''वस्तीची नाळ गावापासून तोडलेली'', ''आम्ही म्हंजी गावाबाहिरचा केरकचरा'' (पृ.४) अशी स्थिती बालपणापासून त्यांनी अनुभवलेली. अस्पृश्यातदेखील जातीयता कशी पाळली जाते, याचेही चित्रण येऊन जाते. ''आई महार तर वडील लिंगायत असल्याने आपली नेमकी जात कोणती?'' असा आत्मभान जागृत करणारा प्रश्न त्यांना नेहमी पडतो. महारवाड्यात 'अक्करमाशी' म्हणून आणि गावात 'महार' म्हणून उपेक्षाच त्यांच्या वाट्याला आली. म्हणून ते म्हणतात, ''गाव, भाषा,आई-वडील, जात-धर्म या सर्वच बाबतीत मी दुभंगलेला, माझ्या अस्तित्वाला अनौरस म्हणून हेटाळलं.'' (मनोगत पृ.१) यातूनच त्यांच्यासमोर स्वत:च्या स्वत्वाचा शोध घेणारे कितीतरी प्रश्न निर्माण झालेत. ''Who am I?'' हा निग्रोसारखा Identification चा प्रश्न त्यांना सतत सतावणारा.

वयाच्या पंचविसाव्या वर्षी 'अक्करमाशी' लिहिताना लेखकाच्या मनातील परात्मभावाचे प्रश्न संपलेले नाहीत. ''आम्ही कुण्या धर्माचं ओझं हमालासारखं वाहत आहोत? हे जातीचं ओझं आमच्यावर का लादलंय? आम्ही ते का झुगारून देऊ शकत नाही? जात, धर्म, कुळ, घराणं या सर्व अवडंबरामध्ये माणूस कुठं हरवलाय?'' (पृ.८६.) डॉ. बाबासाहेब आंबेडकरांच्या मिरवणुकीत शुद्ध बारामाशी महार पाहून लेखकाला आपले वेगळेपण, एकटेपण अधिकच जाणवते. मनात पुन्हा तोच प्रश्न डोकावतो, ''माझ्या नेमक्या मुळ्या कुठं?'' (पृ.५१.) आणि मग स्वत:शी निश्चय करताना तो म्हणतो, ''आपल्याला कधीतरी गावाविरुद्ध जावंच लागणार. आपुन किती जल्म असं मनाईरुद्ध जगणार? कधीतरी हे नाकारलं पाहिजे.'' (पृ.६२/६३.)

३.२ 'अक्करमाशी'तील भुकेचे चित्रण

टिचभर पोटाच्या खळगीसाठी माणसाला कसं लाचार बनावं लागतं, त्याचं विदारक चित्र 'अक्करमाशी' त पाहायला मिळते. सुगीच्या दिवसांत जनावरांनी खाल्लेले दाणे, त्यांच्या शेणातून तसेच पडायचे. त्याच दाण्यांच्या भाकरी करायच्या आणि त्या माणसांनी खायच्या. जनावरांनासुद्धा खायला

ताजे दाणे मिळतात; परंतु ही माणसं असूनदेखील त्यांना जनावराच्या विष्टेवर जगावं लागतं, यापेक्षा आणखी भयानक असं जिणं कोणतं असू शकेल? खरंतर ही जनावरंच या माणसांचे अन्नदाते आहेत. जिवंतपणी ही जनावरं त्यांना दाणे देतात आणि मेल्यानंतर आपलं सर्व शरीर अर्पण करतात.

पोटासाठी लेखकाला हमाली करावी लागली. आईच्या दारूच्या गुत्त्यात दारू आणून दारूविक्रीचेही काम करणे त्यांना भाग पडले. दारू आणि दारुड्यांचे नमुने येथे पाहिलेले आहेत. दारुडे शेवचिवडा, मीठ या छोट्या शरणला आणायला सांगायचे. त्यांच्या संगतीने लहानपणी शरणही एक-दोन ग्लास पोटात रिचवण्यासाठी मागेपुढे पाहत नसे.

खेकडे, मासे, पानकोंबड्या, बेंडकुळ्या, बगळे, घारी, डुकरं, किडे-मुंग्या खाऊन त्यांचा देह पोसलेला आहे. बाजाराच्या दिवशी शरणची बहीण (नागी) फेकलेल्या केळाच्या साली खात असे. हे पाहून शरण चिडे व तिला मारत असे. त्यावेळी आई म्हणे, "किडा-मुंगी खाऊन जगू दे. तुला काय पडलंय रे इज्जतीचं?" (पृ. १८.) उपासमारीच्या भीषण परिस्थितीतही माणसं जगतात. या निमित्ताने लेखक भूक आणि भाकरीविषयीचा एक सिद्धांत सांगतो- "भाकर माणसाएवढी. भाकर आभाळाएवढी. भाकर सूर्याएवढी प्रखर. भूक माणसापेक्षाही मोठी. भूक सात पातांळापेक्षाही दांडगी. माणूस भाकरीएवढा, भुकेएवढा. पोट माणसापेक्षाही दांडगं. एक पोट म्हंजी पृथ्वी. पोट असतं ईतभर, पर सारं जग गिळून ढेकर देतं. पोट नसतं तर कसं झालं असतं पाप-पुण्य, स्वर्ग-नरक आणि ईश्वराची निर्मिती? पोट नसतं तर झालाच कसा असता देश, सीमा, नागरिक आणि संसद, घटना वगैरे? पोटातून तर जन्मले जग. जगाचे संबंध आई-बाप, बहीण-भाऊ वगैरे." (पृ.४१-४२.) लेखकाची चिंतनाची पातळी किती भेदक आणि सर्वस्पर्शी आहे, हे वरील अवतरणातून ध्यानात यावे.

सहलीतल्या सवर्ण मुलांच्या भाकरी व आपल्या भाकरीची तुलना करताना शरण म्हणतो, "गावातल्या पोरवांच्या भाकरी चांगल्या हुत्या. त्येवच्या मायावांनी त्येनला तळलेलं करून दिल्तं. आमच्यापुढी मातूर फाटक्याच भाकरी. त्याबी पोटाच्या गारीला न पुरणाऱ्या." या विधानातून आर्थिक विषमता तर जाणवतेच, पण त्यांच्या व आपल्या मायीची तुलना करताना,

आपली माय' "... चुनाळ है का तुझ्या पोटात?" अशी म्हणते आणि शरणला अर्ध्या पोटावरच उठावे लागे. यातून उपासमारीवरही उपाय शोधावा लागतो आणि तोही लहानपणापासूनच. ही लिंबाळे यांची सूचकता गरिबांना परिस्थितीवर मात करावयास शिकवते.

४. 'अक्करमाशी'तील लैंगिकता

दलित आत्मकथनांपैकी "बलुतं", "आठवणींचे पक्षी", "उपरा", "अंत:स्फोट", "गावकी","फांजर", "माऱ्हुडा", "तराळ-अंतराळ", "मुक्काम पोस्ट : देवाचे गोठणे" आदी आत्मकथनांतील स्त्रीजीवन हे दु:खाशी सामना करण्याच्या संघर्षात आणि व्यभिचारात पिचत आहे.

व्यभिचारासंबंधी लिंबाळे मनोगतात म्हणतात, "... पण स्त्रीचं काय? तिला तो बलात्कार आपल्या पोटात वाढवावा लागतो...आणि हा बलात्कार एक आयुष्य जगतो." अशा आयुष्याच्या वेदना लिंबाळे यांनी आत्मकथेत मांडताना कुठलाही आडपडदा न ठेवता, खुल्लमखुल्ला, अनेक घटना-प्रसंगांचं सविस्तरपणे वर्णन केलेलं आहे.

'अक्करमाशी'तल्या अनेक प्रसंगांतून विकृत वासनांनी पछाडलेली गावची पाटीलमंडळी भेटतात. वाटतं, साऱ्यांनी फक्त लैंगिक उपभोगासाठीच जगायचं ठरवलंय. दारूचा ग्लास गिऱ्हाइकास देत असताना मायीचा हात धरणारं गिऱ्हाईक, अंबूमाय नि कचरू आज्या ह्यांचे म्हातारपणीही चालणारे प्रणयचाळे, मायीला हणमंतासोबत झोपायला सांगणारा काका, स्वत:च्या बापापासून दिवस गेलेली धानव्वा, शरणच्या ॲडमिशनसाठी पैसे मागायला गेलेल्या संतामायीच्या फाटलेल्या चोळीतनं दिसत असलेली स्तनं निरखणारा सावकार, पाटलाच्या थोरल्या पोरासंगं जात असलेली नागी, दुर्वासाच्या बायकोवर पूर्णपणे कब्जा केलेला भीमण्णा, तसेच पोटच्या पोराला उकिरड्यात पुरणारी देवकी ही व अशी अनेक पात्रे केवळ लैंगिक वासनेपोटीच जगतात की काय, असा विश्वास वाटू लागतो.

बहिणीने -नागीने -वेडावाकडा व्यवहार करू नये म्हणून शरण तिला मारतो, "त्येला निजू देत न्हाय म्हणून मारतूया", असे मसामाय महादेवी मावशीला सांगते. तेव्हा मसामायचा हा स्वभावधर्म म्हणावा की प्रकृतिधर्म?

आईच्या व्यभिचाराबद्दल शरण लिहितो, "चवचालपणे वागणाऱ्या

स्त्रीच्या अंथरुणावर म्या का जाऊ नये?'' (पृ.५३.) किंवा ''आपुनबी काकाच्या मायीवर बलात्कार करावा.'' (पृ.३८.) यांसारख्या वाक्यांतून त्यांची सूडाची भावना प्रकट होते. ती भोगवादाची नव्हे हे निश्चित.

'अक्करमाशी'तील लैंगिकतेच्या संदर्भात बाबुराव कांबळे लिहितात, ''हे आत्मकथन दलित तसेच उच्चभ्रू जमीनदार व कामवासनेने पिसाळलेले येथील पाशवी जीवनाचे प्रतिनिधित्व करणारा एक आयोग आहे.''[१०] म्हणून शरण आपलं मन ओकताना जसं आईवर, बहिणीवर चिडतो, तसेच या सामाजिकतेवरील, पिसाट कामवासनेच्या पुरुषांवरील, सवर्ण जमीनदारांच्या विकृतीवरील, दलित समाजातील दुसऱ्यांचा बदला घेऊ पाहणाऱ्या फितुर, लाचार, नालायक, नपुंसक वृत्तीच्या माणसावरील हा संताप व्यक्त करतो.

'अक्करमाशी'वर आक्षेप घेताना काही समीक्षक म्हणतात, ''शरणनी तर आपल्या आईलाच उघडं-नागडं करून दाखविलं आहे. एकंदरीत त्यांनी अशा प्रकारचं (अश्लील) चित्रण करून दलित समाजाला कलंकित बनविण्याचा प्रयत्न केलेला आहे. दलितांची अब्रू त्यांनी चव्हाट्यावर मांडलेली आहे. पण 'सत्य' हा तर आत्मचरित्राचा केंद्रबिंदू मानला जातो.'' तर शरणनं जे सत्य आहे ते प्रकाशात आणले, तर दलित समाज कलंकित बनला किंवा त्याची अब्रू चव्हाट्यावर मांडली असे कोणी म्हणत असतील, तर ते कितपत संयुक्तिक होईल? खरंतर शरणने आपल्यावर व आपल्या समाजावर (विशेषत: स्त्रियांवर) होणाऱ्या अन्यायाला, अत्याचाराला वाचा फोडलेली आहे. आणि स्त्रीकडे, विशेषत: दलित स्त्रीकडे पाहण्याचा दृष्टिकोन बदलावा ही भूमिकाही घेतली आहे.

अशा आशयाचे आक्षेप दलितांनीही घेतले आहेत. पण 'अक्करमाशी'चे आव्हान जसे सवर्ण पेलू शकले नाहीत, तसे दलितांनाही पेलवले नाही, असे म्हणावे लागेल. ''अक्करमाशी'' हे आत्मकथन सवर्ण, मुजोर, जमीनदारांना, भांडवलदारांना जसे आव्हान आहे, तसे दलितांनासुद्धा एक आव्हान आहे. स्वचारित्र्याच्या अश्लीलतेवर पांघरूण घालून जगणारी माणसं ''अक्करमाशी''चे आव्हान स्वीकारतील का? यातून दलित मनेसुद्धा सुटू शकणार नाहीत. ''पोष्टमनचे काम करून इकडची तिकडे अन् तिकडची इकडे बातमी देऊन हळूच आतून पेटवणारी फितुर माणसं, अडाणी तसेच शिकलेले दलित हे

आव्हान स्वीकारतील का?''[१० अ] असा अभिप्राय बाबुराव कांबळे नोंदवतात, तो योग्यच म्हणावा लागेल.

५.''अक्करमाशी''तील सामाजिक समस्या

''अक्करमाशी''त लिंबाळे यांनी अनेक प्रश्न उपस्थित केले आहेत. ''अक्करमाशी''चा शेवटसुद्धा एका प्रश्नानेच होतो. जन्मापासूनच त्यांना प्रश्नचिन्हांशीच सामना करावा लागलेला आहे. मी कोण? हा एक अत्यंत महत्त्वाचा प्रश्न! कारण ''आई महार तर वडील लिंगायत, आई झोपडीत तर बाप माडीत, वडील जमीनदार तर आई भूमिहीन आणि आपण ''अक्करमाशी''! ही त्यांना छळणारी असंतुलित जाणीव त्रस्त करते. गाव, भाषा, आई, वडील या सर्वच बाबतीत लेखकाचं व्यक्तित्व दुभंगलेलं, हरवलेलं आणि दिशाहीन आहे. ते अनौरस ठरले आहेत. अत्यंत हीनवर्णीयसुद्धा स्वतःच्या घराण्याचा अभिमान बाळगतो. पण आपण कशाचा अभिमान बाळगायचा? हा प्रश्न त्यांना सातत्याने भेडसावत राहतो आणि अस्पृश्यतेपेक्षाही अक्करमाशी असण्याचं दुःख जास्त आहे.यदुनाथ थत्ते म्हणतात, ''त्यांचे जेमतेम शंभर पृष्ठांचे हे आत्मकथन, पण ते महाभारतासारखे वाटले. अनेक प्रश्नांचा गुंताच झालेला. एक धागा ओढावा तर सुटका होण्याऐवजी गुंताच वाढत जावा. पण शरणकुमारांनी अत्यंत समर्थपणे हे महाभारत पेलले आहे.''[११]

वाचकांना अस्वस्थ करणाऱ्या ''अक्करमाशी''तील असंख्य प्रश्नांविषयी जनार्दन वाघमारे[१२] म्हणतात, ''त्यांनी प्रामुख्याने दोन प्रश्न उपस्थित केलेले आहेत. 'मी कोण?' आणि 'समाजाला मी स्वीकारार्ह आहे का?' आणि या दोन प्रश्नांच्या संदर्भात निर्माण होतात अनेक प्रश्न. जेमतेम शंभर पृष्ठांच्या (खरीतर ९४ पाने) या आत्मकथनात जवळपास सव्वातीनशे प्रश्न (खरी संख्या तीनशे पंचावन्न आहे.) आढळतात. समाजव्यवस्थेलाच हात घालणारे ते प्रश्न आहेत. जमिनीत ठिकठिकाणी दारूचे सुरुंग पेरून ठेवावेत, तसे हे प्रश्न संबंध आत्मकथेत लिंबाळे यांनी पेरून ठेवले आहेत.''

वरील दोन प्रमुख प्रश्नांच्या उत्तराचा शोध घेताना यदुनाथ थत्ते म्हणतात, ''अक्करमाशी हा माणुसकीसाठी फोडलेला टाहो आहे. तथाकथित थोरपणा मिरवणाऱ्या समाजाचा पंचनामा करणारे हे पुस्तक आहे. अनेक प्रश्नांचे मोहोळ त्यातून उठते, पण या मोहोळाला तोंड दिले तर मध हाती लागण्याची

शक्यता आहे.''[१३] पण त्यासाठी सांघिक प्रयत्न हवेत. कारण हे प्रश्न त्यांच्या एकट्याचे नसून त्यांच्यासारख्याच असंख्य समदु:खी पीडितांचे आहेत.

माणसं माणसापेक्षा रूढीवर जास्त प्रेम करतात. या संदर्भातील लिंबाळे यांनी उपस्थित केलेले पुढील काही महत्त्वाचे प्रश्न चिंतनीय आहेत - ''म्या कुण्या वंशाचा वारस?'' (पृ.३०) ''माणूस धर्मासाठी का धर्म माणसासाठी?'' ''धर्म, जात टाकून माणूस जगू शकत नाही का?'' (पृ.३३.) ''सगळ्याचं रक्त लालच की!'' (पृ.५१.) ''काळे धंदे करणारे पुढारी ठरतेत अन् पोटासाठी चोरी करणारे मातूर गुन्हेगार? (पृ.१७.) ''ह्या घरंदाज भिंती का स्वीकारत न्हैत मला?'' (पृ.४५,) ''गावकऱ्यांच्या म्हशी भादरणाऱ्या वारकाला माझ्या डोईचा ईटाळ कसा हुतो?'' (पृ.१९) ''इथे धर्म आडवा का येतो? माणूस माणसांवर प्रेम का करत नाही?'' (पृ.८४) ''मला माझं कोण म्हणेल?माय नाकारतेय. बाप नाकारतो. (पृ.५६.) ''माझ्या नेमक्या मुळ्या कुठं?'' (पृ.५१.) ''आयबापाच्या चुकीची सजा मुलाला काय म्हणून?'' ''आमच्या स्पर्शामुळं माणूस विटाळतो तर का झाली न्हाईस हिरवी, पिवळी तू?'' (पृ.५८.) ''आपुन किती दिस असं मनाविरुद्ध जगणार? कधी हे नाकारणार? या अन्यायाच्या मुळ्या हजारो वर्षं काळाच्या इतिहासात रुतलेल्या आहेत; पण माणूस जन्मत:च शूद्र कसा असतो?हे जातीचं ओझं आमच्यावर का लादलंय? जात, धर्म, घराणं या सर्व अवडंबरात माणूस कुठं हरवलाय?'' (पृ.८६.) ''माझा जन्मच अनैतिक ठरवला जात असेल तर मी कुठल्या नीती पाळू?'' (पृ.९४.) या प्रश्नांच्या संदर्भातील त्यांचीच ''उत्पात'' मधील एक कविता पहा -

''जातींच्या नाक्यावर टेहळणारे यक्ष
शापित प्रश्न विचारती -
तुमचे आडनाव काय?
तुमची जात कोणती?
या नाकेबंदीत मी
अनुत्तरित उत्तरासारखा
जळणाऱ्या विटांच्या भट्टीसारखा.
(''उत्पात''- परिशिष्टातील कविता, प्र. आ. १९८२, परिवर्तन प्रकाशन,

अहमदपूर, पृ.४३)

"अक्करमाशी'ने उपस्थित केलेल्या एकंदरीत प्रश्नांविषयी आपले मत मांडताना जयंतकुमार बंड म्हणतात. "अक्करमाशी हे आत्मकथन उत्कृष्ट प्रश्नोपनिषद आहे. शरणकुमारांचा प्रत्येक प्रश्न जीवनावश्यक सखोल चिंतनातून निर्माण झालेला असून तो मूलभूत स्वरुपाचा आहे. मानवतेच्या तळाशी अवगाहन करून मानवी हक्काचा, अधिकाराचा शोध घेण्याचा त्यांचा प्रयत्न प्रत्येक प्रश्नामागे असलेला जाणवतो. कधी कधी त्रागा करून, चिडून प्रश्न विचारताना ते दिसत असले, तरी त्यातूनही प्रस्तुत आत्मकथनाला एक वेगळा आयाम प्राप्त झाला आहे. 'माझा जन्मच अनैतिक ठरविला जात असेल तर मी कुठल्या नीती पाळू?' हा त्यांनी शेवटी विचारलेला प्रश्न त्यांच्या हृदयीचे शल्य प्रकट करणारा असून जीवघेणा आहे." १४

तर भालचंद्र नेमाडे म्हणतात, "खरेतर 'अक्करमाशी'ने निर्माण केलेले साहित्यिक समाजशास्त्रीय आणि सौंदर्यवाचक प्रश्न इतके विस्तृत आहेत, की त्यांना नुसता स्पर्श करणेही वेळेच्या अभावी कठीण आहे. इतक्या असंख्य प्रतिक्रिया हे पुस्तक निर्माण करते."१५ तर प्रा. एस. एम. कानडजे म्हणतात, "एक उग्र-भयंकर, कठोर-दाहक वास्तव जीवनानुभव प्रकट करणारे, वाचकांना अंतर्मुख अस्वस्थ करणारे, जाति-व्यवस्थेच्या चक्रव्यूहाचा वेध घेऊ पाहणारे, सामाजिक-धार्मिक (राजकीय-आर्थिकही) प्रश्नांचे मोहोळ उठविणारे 'बलुतं', 'उपरा'नंतर मैलाचा दगड ठरणारे हे आत्मकथन आहे. यांत शंका नाही."१६ आणि हेच खरं 'अक्करमाशी'चे यश आहे.

अशा विदीर्णावस्थेतही लिंबाळे खचलेले नाहीत. उलट, त्यांच्या अस्मितेचा शोध चालूच आहे. कारण आयुष्यभर अश्वत्थाम्याची भळभळणारी जखम वाहणारे लिंबाळे "प्रश्न नव्हे पतंग आणि खेचू नये त्याची दोरी" (आरती प्रभू यांची "गाडा"कविता) या मताशी सहमत होतील, असे निश्चितच म्हणता येणार नाही.

∎∎∎

संदर्भसूची

१) भेले लीला : "अक्करमाशी : प्रलयकारी अनुभवाच्या ओल्या जखमांची कथा", समुचित, संपादक : मनोहर डॉ. यशवंत, जुऑस १९८५, नागपूर, पृ.१८६

२) संपादकीय लेख : "दिव्यध्वनी : युवक चेतना दिवाळी विशेषांक, १९८६, पृ.७४

३) सरवदे के.व्ही. : "अक्षरवेध", नवभारत, संपा. मे. पुं. रेगे, मार्च १९८५, वाई, पृ.४७

४) लोखंडे (प्रा.) शशिकांत : "अक्करमाशी", साप्ता.सोबत, पुणे, सप्टें. १९८४

५) मनोहर (डॉ.) यशवंत : "बांधीलकी आणि साहित्य", सिल्व्हीया प्रकाशन, नागपूर १९८३/ पृ.१७

६) कुलकर्णी (डॉ.) आरती : "दलित स्वकथने : साहित्यरूप", प्र. आ. १९९२, नागपूर, पृ.१४४

७) जाधव रा. ग. : "साहित्य आणि सामाजिक संदर्भ", पुणे. १९७५, पृ.२८

८) मुलाखत- शरणकुमार लिंबाळे, शब्दांकन गोरख शिवशरण, दै. संचार (सोलापूर), ७ मे १९८९

९) नेमाडे भालचंद्र : दिव्यध्वनी, दिवाळी, १९८६, पृ.११७

१०) कांबळे बाबुराव : अक्करमाशी : संस्कृतीच्या विकृतीचे शवविच्छेदन, सुगावा, संपा: विलास वाघ, पुणे १९८५,पृ.५

१०अ) कांबळे बाबुराव : उनि. पृ.६

११) थत्ते यदुनाथ : "भारतीय समाजव्यस्थेचा जाहीर पंचनामा", औरंगाबाद, नागपूर लोकमत-साहित्यजत्रा, १ ते ४ ऑगस्ट १९८५,पृ.१४

१२) वाघमारे जनार्दन : "अक्करमाशी : एक दुःखयात्रा", तात्पर्य, दि.अं. डिसें. १९८७, पृ.११

१३) थत्ते यदुनाथ : उनि. पृ.१४

१४) बंड जयंतकुमार : "परीक्षण- अक्करमाशी", अक्षरवैदर्भी

संपा. (डॉ.) सुभाष सावरकर, अमरावती. सप्टें. १९८६, पृ.६३

१५) नेमाडे भालचंद्र : उनि. पृ.११७

१६) कानडजे (प्रा.) एस. एम. : ''अनौरस संततीच्या उद्ध्वस्त जीवनानुभवाचे उद्रेक : अक्करमाशी'', दै. तरुण भारत, नागपूर. रवि. आवृत्ती.

■■■

३. बारामाशी : एक आकलन

अ) बारामाशीचे स्वरुप

१. प्रास्ताविक

"अक्करमाशी" या पुस्तकामुळं शरणकुमार लिंबाळेंना प्रसिद्धी, प्रतिष्ठा मिळाली आणि त्यांची "अक्करमाशा' म्हणून होणारी अवहेलना, उपेक्षा यातील तीव्रता कमी झाली. पांढरपेशा मध्यमवर्गीय मित्रांची ये-जा सुरू झाली. व्याख्यानासाठी गावोगावची निमंत्रणं येऊ लागली. पोषाख, संवाद आणि लेखन यांत पांढरपेशेपणाच्या खुणा डोकावू लागल्या. दलितांपेक्षा आपण कुणीतरी वेगळे आहोत, ही नवी भावना त्यांना सुखवू लागली. आणि "आपण घर बदललं पाहिजे. भाषा बदलली पाहिजे, संस्कार बदलले पाहिजेत, ही वस्ती सोडली पाहिजे. आपण मध्यमवर्गीयांसारखं वागलं पाहिजे. पांढऱ्यात असा एकेक दलित मिसळून जाणे हीच खरी क्रांती, दलितांचा ब्राह्मण होणे हेच खरे प्रबोधन आणि परिवर्तन." (पृ.३) अशी स्वप्नं रंगवून, हळूहळू एक मध्यमवर्गीय सुखासीन सन्मानपूर्वक जीवन आपल्याला व्यापू लागलं, अशी प्रांजळ कबुली लिंबाळे देतात.

आपण दलित वस्तीतून पांढऱ्या वस्तीत आलो. लेखक म्हणून आपला बोलबाला होत आहे. दलितांची दुःखं खरी आहेत, पण त्यासाठी मोर्चात वगैरे जाणं जरुरीचं नाही. कारण आपण दलितांवरच्या अन्यायाविरुद्ध लिहितो, ठिकठिकाणी भाषणं करतो एवढं पुरेसं आहे, असं आता त्यांचं मत होऊ लागलं. आणि मध्यमवर्गीयांचं अंगचोरपण त्यांच्यामध्ये भिनू लागलं.

लिंबाळे यांनी "अक्करमाशी"त आपल्या भीषण आयुष्याची नोंद केली आहे, तर "बारामाशी"त मनातल्या प्रचंड खळबळीची अस्वस्थ कबुली

दिली आहे. ''शरण, शरण्या, शरणू, शिवशरण, शरणप्पा, शरणबसप्पा, शरणबसवेश्वर या क्रमाने शरणकुमार लिंबाळे झाल्यामुळे त्यांचे लेखनही बदलले. ''मी, माझ्यातील दलित ब्राह्मण, कार्यकर्ता, कलावंत या परिघात ''स्व आणि स्वेतरेतरां''चा शोध ''बारामाशी''तून लिंबाळे घेत राहतात. स्वतःच्या स्तरबदलानंतर लेखकाला ''आपल्या या पांढऱ्या कॉलरखाली किती वेदना गाडल्या आहेत?'' (पृ.५९.) याची जाणीव होते. एकीकडे झोपडीत राहणाऱ्या आपल्या कुटुंबात, तिथल्या वातावरणात राहणे अशक्य होते, तर दुसरीकडे शहरातील परिचितांच्या बंगल्यात गेल्यावर आपण 'उपरे' असल्याची तीव्र जाणीवही होते. एकूण काय, ते पूर्णपणे मध्यमवर्गीयही होऊ शकत नाहीत. म्हणूनच दत्ता हलसगीकर, ''अक्करमाशी''तील पूर्ण दलितपण आणि ''बारामाशी'' मधील अर्धवट मध्यमवर्गीय जीवन यांच्या कोंडीत सापडलेली ''बारामाशी'' ही नोंदवही आहे.''[१] असे आपले मत मांडतात.

२. ''बारामाशी''तील दलित ब्राह्मण

स्वातंत्र्यानंतर दलितांना ज्या सोयी-सवलती मिळाल्या, त्यामुळे एक नवा शिक्षित दलित वर्ग,एक वेगळीच मानसिकता घेऊन दलित मध्यमवर्गीय म्हणून जगतो आहे. त्यांना आपला लाजीरवाणा अन् भयावह भूतकाळ नको आहे. तो आपल्या समाजापासून दूर जातो आहे. त्यांना त्यांचा समाज, आई-वडील, त्यांची भाषा आणि वस्ती यांची घृणा वाटते आहे.

''बारामाशी हा सुशिक्षित दलित मनाचा हुंकार आहे.''[२] असे सुनीता तारापुरे म्हणतात, ते खरेच आहे. समाजव्यवस्थेत ज्यांना अस्तित्वच नाकारलं, स्वातंत्र्यसूर्याचा प्रकाश जिथवर पोचलाच नाही, अशा गावकुसाबाहेरच्या वस्तीत डॉ. बाबासाहेब आंबेडकरांनी शिक्षणाची ज्योत पेटवली. विशेषतः १९५६ नंतर एक नवा दलित वर्ग उदयास आला, जो शिक्षणाने भारावला, तो नंतर सरकारी चाकरीत रममाण झाला आणि मध्यमवर्गीयाचं जीवन जगू लागला. त्यातून दलित ब्राह्मण ही उपाधी जन्मास आली.

डॉ. बाबासाहेब आंबेडकरांविषयी कृतज्ञता व्यक्त करताना लिंबाळे म्हणतात, ''हजारो वेळा सूर्य-चंद्र उगवले. पण प्रकाशाचा अर्थ कळला नव्हता. डॉ. बाबासाहेब आंबेडकर जन्मले नसते, तर आम्ही रौरव काळोखात चिरडलो असतो.'' (मनोगत) आंबेडकरांनी पेटवलेल्या शिक्षणज्योतीच्या

प्रकाशात न्हाऊन निघालेल्या दलितांना नवी अस्मिता मिळाली. नव्या दिशा गवसल्या, त्यातून दलित ब्राह्मण हा एक नवाच वर्ग निर्माण झाला. तो आपलं दलितपण विसरून सवर्णांसारखं जगण्यासाठी धडपडतो आहे. परंतु या सुशिक्षित दलित तरुणांना आपली नाळ दलितांशीच जोडलेली आहे, हेही विसरता येत नाही. या ओढाताणीत त्याची होणारी कुचंबणा ''बारामाशी''त समर्थपणे उमटली आहे. त्रिशंकू अवस्थेत जगत असताना लेखकाच्या संवेदनशील मनाला भोगाव्या लागलेल्या यातनांची, मनातील प्रचंड खळबळीची ही अस्वस्थ करून टाकणारी कहाणी आहे. किंबहुना सवर्णमय होऊ पाहणाऱ्या प्रत्येक सुशिक्षित दलित व्यक्तीची ती आत्मकथा आहे.

दलित वस्तीतून पांढरपेशांच्या संस्कृतीत लिंबाळे राहायला येतात. आणि आपल्या मध्यमवर्गीयपणाचे प्रदर्शन करण्यासाठी ते सत्यनारायण घालण्याचे स्वप्न पाहतात; जरी त्यावर विश्वास नसला तरीही.

एके काळी दलित चळवळीत ज्यानं तन-मन वाहून कामे केली, मोर्चे नेले, अन्यायी समाजव्यवस्था हाणून पाडण्यासाठी विद्रोह केला, तेच लिंबाळे आता म्हणतात, ''आता पत्रके वाचणं, जास्तच झालं तर पाच-दहा रुपयाची पावती फाडणं, एवढीच बांधीलकी शिल्लक राहिली आहे.'' (पृ.५.) सामीलकी नाही. तरीही ते आपल्या समाजाची नाळ पूर्णपणे तोडू शकत नाहीत. कारण सवर्णांमध्ये वावरत असताना त्यांना दलित म्हणूनच वागणूक मिळते, तर दलितांच्यात वावरताना दलित ब्राह्मण म्हणून मारलेले टोमणे ऐकायला मिळतात. त्यांच्या घरात आंबेडकरांचा फोटो नाही, ते ''जयभीम'' न म्हणता ''नमस्कार'' म्हणतात, म्हणून इतर दलित धिक्कार करतात; तर सवर्ण ''सरकारचा जावई'' म्हणून उपहास करतात. डॉ. आंबेडकरजयंतीच्या वेळेस लिंबाळे दूर उभे राहून तो कार्यक्रम पाहत असतात, तेव्हा लोक त्यांच्याभोवती गराडा घालतात. ''मी दलित आहे'' असे लिंबाळे म्हणत असतानाही ''कशावरून तुला दलित म्हणावं?'' या प्रश्नानं अस्वस्थ होऊन ते घर बदलण्याचा निर्णय घेतात. परंतु बायकामुले विरोध करतात आणि परत एकदा त्यांचे मानसिक दुभंगलेपण त्यांनाच कुरतडत राहते.

हे फाटलेपण, हा दाह त्यांना असह्य होतो आणि ते म्हणतात, ''चैन महालात वावरत असलो तरी भूतकाळ मनावर थयाथया नाचायचा. आज मी

सुटाबुटात आहे. अगदी सवर्णासारखा दिसतो. मला या वागण्याबोलण्यात कोणी ''दलित''म्हणणे शक्य नाही. पण माझ्या या पांढऱ्या कॉलरखाली किती वेदना गाडल्या आहेत. माझ्या हसण्यावर जाऊ नका. माझी खूप दमछाक होतेय. परवा मी गावी गेलो, तेव्हा झोपडीत राहणं किती जिवावर आलं. मला आईची किळस आली. जे अन्न खाऊन लहानाचा थोर झालो, तेच अन्न गिळवत नव्हतं. काल मी स्वातीच्या घरी गेलो, तेव्हा तिथंही किती परकं वाटलं. मी जोशाकडे जातो, कुलकर्णीकडे जातो, ते माझ्याकडे येतात. दुरावा असा नाहीच. फार मोठ्या मनाची माणसं आहेत ती. तरीही मला ते परके वाटतात. दारावर भीक मागायला आलेली एखादी भिकारीण नात्याची वाटते. पण ही आजूबाजूची माणसं नवखी, आपमतलबी वाटतात.'' (पृ.५९.) आणि पुन्हा एकदा लिंबाळे भूतकाळात हरवून जातात. एकूण त्यांच्या मनाची त्रिशंकू अवस्था होते. मध्यमवर्गीयपण त्यांना हवंहवंसं वाटतंय. मध्यमवर्गीय सुखासीन वृत्ती त्यांच्या जीवनाचा अंग बनलीय, तरीही ते या सुखाशी पूर्णपणे समरस होऊ शकत नाहीत.

दलितातला ब्राह्मण ही बोच त्यांना डाचत असते. त्यामुळे आंबेडकरांच्या जयजयकारात सामील होण्याचे ते टाळतात. कचेरीतील ''सफेत'' वाटणाऱ्या तरुणीचा स्पर्श भारावून टाकतो. तिच्याबरोबर हॉटेलात जायला ते उत्सुक असतात. हळूहळू ते दलित समाजापासूनच नव्हे तर स्वतःच्या कुटुंबापासूनही दुरावतात. त्यामुळेच वडील, बहीण, बहिणीची मुलगी वगैरे घरी आलेले त्यांना आवडत नाही. खरेतर त्यांच्यावर संस्कार करणे, त्यांनाही सुधारणे हे त्यांचे कर्तव्य; ते बाजूलाच राहते आणि स्वतःला पांढरपेशा ना दलित अशा अवस्थेत तगमगत राहतात.

दलित तरुण शिकूनसवरून पुढे आले. साहित्यातही नाव कमावू लागले की, ते अखेर दलितातले ''ब्राह्मण'' कसे होतात आणि सवर्णाविरुद्ध बंड करणारे दलितच स्वतःचीही एक वेगळीच जात कशी निर्माण करतात, हे लिंबाळे यांनी अत्यंत समर्थपणे ''बारामाशी''त सूचित केले आहे.

३. सामाजिक प्रश्न, कार्यकर्ता आणि चळवळ

चळवळ, समाज आणि कार्यकर्ते यांविषयी लिंबाळे म्हणतात, ''चळवळ'', ''समाज'', ''क्रांती''आणि कार्यकर्ते''हा आमच्या शब्दांचा परिघ.

मोर्चा, आंदोलन, सत्याग्रह, शिबिर, लोकांच्या समस्या आणि संघटना यांवर माझा पिंड पोसला आहे.'' (पृ.१७.) असे असले तरी त्यांची सामीलकी तेवढी पुढे राहिली नाही, किंबहुना फक्त बांधीलकीच काय तेवढी शिल्लक राहिली आहे.

दिनेश हा लेखकाचा चळवळीतला सहकारी. त्यांना मोर्चात सहभागी होण्याचा आग्रह करतो. तेव्हा लेखक त्याला म्हणतात, ''कसं शक्य आहे? माझ्या काही मर्यादा आहेत. मी चळवळीविषयी लिहितो, बोलतो ही एक प्रकारची बांधीलकीच आहे. चळवळ एकांगी नसते. कार्यकर्त्यांनी लढायचं असतं, आम्ही विचाराची शिदोरी पोचवू.'' (पृ.५-६) असं त्यांचं पांढरपेशी मन कोडगं समर्थन करतं. त्यावर दिनेश कांबळे हसून म्हणतो, ''तू या पॉश कॉलनीत राहून आम्हाला कसले विचार देणार? या कॉलनीचा गंज चढतोय तुझ्या अंगावर, तू संपला आहेस, तू दलित ब्राह्मण आहेस.'' (पृ.६.) चळवळीपासून दूर राहूनही चळवळीचे फायदे मात्र आपण प्राप्त करून घेत आहोत, याची जाणीव लेखकाप्रमाणेच दिनेशसारख्या कार्यकर्त्यालाही आहे.

यावर पुन्हा लेखक संतापतात. दिनेशला कॉलनीत राहायला मिळत नाही म्हणून हा द्वेष करतोय, असं त्यांना वाटतं. ही केवळ लिंबाळे यांची विचारसरणी आहे असं नाही; तर आज जीवनात स्थिर झालेल्या, आर्थिक आणि सांस्कृतिक दृष्ट्या सुखवस्तू झालेल्या प्रत्येक दलित तरुणाची हीच अवस्था आहे. आणि सुशिक्षित आणि सुव्यवस्थित दलित माणूस आपल्यापासून दूर जात आहे, याचा राग झोपडपट्टीतल्या संतप्त दलितांना आणि कार्यकर्त्यांना आहे.

आपल्यावरील अन्यायाच्या प्रतिकारासाठी लेखक दिनेशची आणि चळवळीची मदत मागायला जातो. तेव्हाही दिनेश सुनावतोच, ''अन्याय झाल्यावरच तुम्हाला चळवळ आठवते.'' (पृ.१०.) अशा अनेकवारच्या टोमण्यांनी लिंबाळेंच्या मनातील पांढऱ्या बगळ्याला वारंवार जखमी केलेले आहे.

स्वसमर्थन करताना लिंबाळे म्हणतात, ''आम्हीही कार्यकर्ते होतो, तेव्हा मोर्चे काढले. दंगली केल्या, जेल भोगली, चळवळीसाठी खूप काही सहन केलं. करिअर सोडून चळवळ केली. समाजासाठी आंदोलनं केली.

आता चांगले दिवस आले आहेत, तर त्याकडे पाठ का फिरवावी?'' (पृ.१३.) तरीही कोणी कार्यकर्ता क्रांती-चळवळीविषयी बोलू लागला, की लेखक पेटून उठतात. त्यांचे डोळे आग ओकायला लागतात, ''आपणही काहीतरी केलं पाहिजे'' असं त्यांना वाटायला लागतं.

आणि ही धगधगती भावना ऑफिसमधील लक्ष्मीपूजन बंद व्हावं, आंबेडकरांचा फोटो ऑफिसात लावला जावा, अशा गोष्टीतून त्यांचं निसटू पाहणारं मन ''स्व''त्व जपायचा केविलवाणा प्रयत्न करत राहते.

बायडा या दलित स्त्रीवर झालेल्या अत्याचाराला वाचा फोडण्यासाठी लेखकाची मदत मागायला काही कार्यकर्ते त्यांच्या घरी येतात. पण बायडीच्या दारुण हकिकतीनं त्यांचं मन घायाळ होण्याऐवजी तिचं तारुण्य त्यांना अधिक घायाळ करतं. आणि केवळ तटस्थपणे सल्ले देण्याचा त्यांचा त्रयस्थपणा सहन न होऊन एक कार्यकर्ता म्हणतो, ''साहेब, तुम्ही बंगल्यात न्हाताव, आम्ही झोपडपट्टीत न्हातो. तुम्हाला आमचं दुःख कसं कळणार?'' (पृ.१४.) दोघांतील ही प्रचंड दरी लेखकाला अस्वस्थ करते आणि बायडावरील बलात्काराच्या निषेधार्थ उपोषणासाठी तयार होतात. पण तिथंही त्याचं पांढरपेशी मन बोलून जातं. ''मलाही उपोषणाचा अनुभव घ्यावयाचा आहे. मला उपोषणावर लिहायचंय.'' (पृ.१५.) बायडाची हकिकत ऐकत असतानाच लेखकाला शांता मोलकरणीवर आपण केलेला बलात्कारही आठवतो. कदाचित ही अपराधाची जाणीवच त्यांना उपोषणास बसण्यास प्रवृत्त करीत असावी.

काळ बदलत चालला आहे, वर्ग बदलत चालला आहे, याची जाणीवही लेखकास आहे. पण एकीकडे त्यांची कुतरओढही सुरू झालेली दिसते. आर.एस. एस. वाल्या मंडळींनी आयोजिलेल्या कार्यक्रमाला जाण्याचे स्वसमर्थन करताना शरणकुमार म्हणतात, ''आपले विचार कुठल्याही व्यासपीठावरून मांडायला काय हरकत आहे? आपण आपल्या विचारांशी प्रामाणिक असलो म्हणजे झाले. पूर्वी एका विशिष्ट वर्गासाठी बोलायचे. आता मला ऐकायला अनेक वर्गातली माणसं येतात. चाहतात.'' त्यावर दिनेश म्हणतो, ''ही माणसं तुला पचवतील. तुमच्यातला तिखटपणा नष्ट होईल.'' (पृ.१९.) दिनेशला वाटतं, की लेखक चळवळीचं भांडवल करून जगतो आहे; तर लेखकाला मात्र आपण ''सांस्कृतिक मोर्चावर शब्दांच्या माध्यमातून शोषितांची

बाजू मांडली पाहिजे. मी माझ्या पातळीवर काम करतो.'' (पृ.२१.) असे वाटते.

४. प्रेम, नायक आणि नायिका

शरणकुमार लिंबाळे यांनी ''बारामाशी'' मध्ये काही प्रेमकथा सांगितल्या आहेत. अतिशय उत्कट काव्यात्मकतेने साकार झालेल्या या कथांमधून लेखकाचं विलक्षण संवेदनशील मन, समर्पणशील भावना, ऊन-पाऊस स्वीकारण्याची वृत्ती, या साऱ्या गोष्टी कळून येतात.

''बारामाशी''मध्ये विविध प्रसंगांत अनेक दलित स्त्री-पुरुषांच्या वेदना चित्रित केल्या आहेत. ऑफिसमधील स्वाती ही सबंध ''बारामाशी'त वावरते. तिने लेखकाच्या मनात कायमचे घर केल्याने त्यांच्या घरसंसारात तब्बल दोन वर्षं प्रचंड वादळ उठले होते. त्यांची पत्नी कुसुम हिच्याशी त्यांचे पावलोपावली खटके उडत असत. कुसुमपेक्षा ऑफिसमधील स्वातीच लेखकाला हवीहवीशी वाटते, तिच्याच प्रेममय सहवासाचा ते सदासर्वकाळ ध्यास घेतात. सौभाग्याचं लेणं ल्यालेल्या तरुण स्वातीचे लेखकास वाटणारे हे आकर्षण, तिने केलेली ही जादूगिरी संबंध कथानकात गहिरा रंग भरते. तिला रेखीव आकृतिबंध व कलात्मकता प्राप्त होते. अशा या मुलायम प्रेमकहाणीमुळे हे लेखन कादंबरीरूप धारण करते. अन्यथा ते दलितांच्या तीव्रतम वेदनांची एक झलक सादर करून स्मृतिआड झाले असते.

त्यांच्या प्रेमाची सांगता ही एकमेकांना समजून घेण्यात होते. स्वाती ही विवाहित आहे. आता तिला वाटते, आपल्या घरसंसारात वितुष्ट निर्माण होऊ नये. म्हणून ती शरणला म्हणते, ''माझा नवरा खूपच संशयी आहे. त्याला माझे मित्र आवडत नाहीत. तो खूपच सनातनी आहे. त्याच्या या मर्यादा मला पाळल्या पाहिजेत. तूही तुझ्या बायकोच्या मर्यादा समजावून घे. आता आपण असे किती दिवस फरफटत जगणार? कुठं तरी हे संपलं पाहिजे.'' (पृ.६९.) असे म्हणून ती निरोप घेते.

स्वातीप्रमाणेच मेधा, शालन, रत्ना, निलू, सुजाता आणि नसरीन या शरणला भेटलेल्या मैत्रिणी. ''स्वाती एक हाटेल'' (पृ. ६०.) आहे म्हणूनच ''कुसुम एक घर'' ही गोष्ट बरी आहे. स्वातीप्रमाणेच या अन्य मैत्रिणी जिवाभावाच्या होऊन भेटलेल्या.

मेधा ही हिंदू युवती. तिच्याशी शरणचे प्रेमसंबंध. शालन ही त्या दोघांच्या प्रेमाची साक्ष होती. म्हणूनच गेनू या तिच्या वडिलांस गावकऱ्यांनी मारहाण करून ठार केले. जिच्यामुळे शरण भावविवश आणि शालन ही पोरकी झाली होती, तीच मेधा त्यांना नाकारताना म्हणते, ''झालंगेलं विसरून जा. मला क्षमा करा. मी आता दुसऱ्या घरची सून झालेय. मला काहीच कळत नव्हतं.'' (पृ.७७.)

निलू ही एक सांस्कृतिक सीमा आहे. तीही उच्च कुळातली आहे. परंतु इथेही प्रेमाची फारकत होताना दिसते. यातला तिच्या वरातीचा प्रसंग हा फारच हृदयद्रावक आहे. तिच्या वरातीपुढे शरणची आई गॅसबत्ती घेऊन चालली आहे. वादळवाऱ्यानं ती पेट घेते, नि सरकारी दवाखान्यात ती मेल्याचे जाहीर होते. आता आईच्या ठिकाणी दुसरीच कुणीतरी बाई गॅसबत्ती घेऊन उभी आहे आणि वरात पुढे पुढे सरकत आहे. मैत्रिणीच्या प्रेमवियोगाचे आणि मातेच्या शोकांतिकेचे चित्रण करताना लेखक 'वरात आणि अंत्ययात्रा माझ्यावर अनेक वार करीत आहेत, अश्रूंचा.'' (पृ.८३.) असे सांगतात.

रत्ना ही मात्र शरणला भेटलेली त्याच्याच जातकुळीतील एक मैत्रीण. दोन्ही घरांचे हाडवैर आणि त्यांच्या वाटेतील धोंड म्हणजे गणा हा गावगुंड. याला संपुष्टात आणून दोघांचे मनोमिलन होते.

''सुजाता'' ही शरणच्याच कॉलनीत राहणारी एक मैत्रीण. जी सदैव त्याला खिडकीतून दिसते. तिच्याविषयी तो म्हणतो, ''सुजाता एक भावना असते, जी अहोरात्र माझ्यावर स्वार असते. मी तिच्या आठवणीच्या सावलीत जगत असतो. ती खिडकी म्हणजे माझ्या प्रियेचा डोळा.'' (पृ.९१)

तर नसरीन या मुस्लिम युवतीविषयीची प्रेमभावना प्रकट करताना शरण म्हणतो, ''प्रिय आठवणी दंगलीत होरपळत नसतात. दंगलीत जळत असतात धर्मग्रंथ. माणूस फुलागत फुलत असतो शेवटपर्यंत.'' (पृ.९८.)

या मैत्रिणींच्या जीवनातील कारुण्य आणि प्रेमभावना यातून लिंबाळे आपल्या लेखनाची वीण वेगवेगळ्या रंगाने सुशोभित करतात. पण या मैत्रिणी सबंध पुस्तकाच्या संविधानकाशी एकरूप झालेल्या दिसत नाहीत. म्हणूनच त्या तरलतम पण तुटक तुटक कलाबतू म्हणून चमकतात. याविषयी प्रत्यक्ष लेखकाशी केलेल्या चर्चेत ते म्हणतात, ''एकाच स्त्रीला (स्वाती)

निरनिराळ्या नावांत वाटलं आहे आणि एकाच आयुष्याला वेगवेगळ्या रूपांत विभागलेलं आहे.''[३] त्यामुळे ''बारामाशी'' म्हणजे सुंदर गुंफण असलेलं एक प्रचंड जाळं आहे, असं म्हणावयास जागा राहते.

प्रेमविषयक घटनांना शब्दाकार देताना लिंबाळेंची भाषा फुलाहूनही सुवासिक आणि मृदू होते आणि जीवनविषयक समज आणि दृष्टी ओळीओळीतून जाणवते.

५ ''कल्पना आणि वास्तव''

म्हटली तर ''बारामाशी'' ही काल्पनिक कादंबरी आहे; पण वस्तुतः ती आत्मकथा आहे.

'वेदना' आणि 'कल्पना' हा बारामाशीचा प्राणबिंदू आहे, असे स्वतः लेखकच ''थोडं खाजगी'' त सांगतात. वेदनाही हारीवर (लोखंडी सळई, दोरी जिच्यावर ओळीने धडं टांगलेली असतात.) मांडलेली आहे. ह्या वेदनेचे नि मनातील अस्वस्थतेचे दर्शन 'बारामाशी'त घडते. परंतु यातली वेदना काल्पनिक झाल्याने तिला एक वेगळेच स्वरूप प्राप्त झाले आहे. ही वेदना मध्यमवर्गीय स्वरूपाची आहे. पण ती प्रामाणिक आहे. निवेदनही अंतःकरणाला भिडणारे आहे. परंतु मनातील तमाम आंदोलनं जेव्हा (लेखक) हारीवर मांडून दाखवितात, तेव्हा ती वेदनाही शोभिवंत दिसायला लागते. हे मान्य करायला हवे.

वेदना आणि कल्पना या दोन्ही गोष्टी काही ठिकाणी अनुक्रमे कलात्मक आणि वास्तव होतात. ''माझी झोपडी, माझी माणसे तीच राहिली. पांढऱ्या माणसांचे संस्कार पोष्टाच्या शिक्क्यासारखे अंगभर पसरू लागले.'' (पृ.१.) हे ''बारामाशी'' भर अनुभवताना वेदनेला कलात्मक रूप आले आहे. तर बायको, मुले आणि परिसर यांचे ''सांस्कृतिक परिवर्तन'' व्हावे अशी कल्पना जगताना (पृ.३.) तिथले वास्तव लेखकाला अधिक ओशाळायला लावते. ''माणसं स्लीव्हलेस झाली पाहिजेत. दुःखाचाही बॉबकट केला पाहिजे. अश्रूंनाही ब्युटीपार्लरमध्ये पाठविलं पाहिजे.'' (पृ.२.) ही काव्यमय वेदना मात्र प्रत्यक्षात वेगळाच अनुभव देते. ते म्हणजे आत्मनिवेदनात ''कविमन'' स्लीव्हलेस झालं आहे, तर दलित ब्राह्मण म्हणून वावरताना हे अश्रू ब्युटीपार्लरमध्ये केव्हाच स्मितहास्य करायला शिकले आहेत. अशा या त्रिविध भूमिकेतून

जगतानाही लेखकाने स्वतःची एक कलावंत म्हणून असलेली प्रतिमा अधिक सांभाळलेली आहे.

"आपण घर बदललं पाहिजे, भाषा बदलली पाहिजे, संस्कार बदलले पाहिजेत. ही वस्ती सोडली पाहिजे", ही परिवर्तनाची दिशा शोधताना लेखक "बगळ्याची रांग" होतात. (पृ. ३.) आणि बगळ्याचे संदर्भ न घेताही पांढरपेशी, मध्यमवर्गीय जीवनाचे अनेक पैलू स्पष्ट होतात. या संदर्भातील लिंबाळे यांची गोष्ट (पृ. ४) फार मार्मिक आहे. बगळे माश्यांना "तोंडात" धरून दुसऱ्या तळ्यात नेऊन सोडण्याचे जीवघेणे स्वप्न चितारतात. बगळे माशांना खाऊन गट्ट करतात. माश्यांना बिचाऱ्यांना वाटते, पहिल्या तळ्यापेक्षा दुसरे आणखी कुठे एक तळे

समता, बंधुता, स्वातंत्र्य असणारे असेल. परंतु बिच्चारे मासे, बिच्चारे तळे! बगळ्यांची भाषा कळेपर्यंत मासे गिळंकृत केले जातात, तळे आटून जाते, जन्म वाया जातो, क्रांती वांझोटी ठरते. तेव्हा पुढारी आणि पांढरपेशी दोन्ही रूपे बगळ्यांचीच नाहीत काय?

बायडाबाई या दलित महिलेवरील बलात्काराचे वास्तव रेखाटताना शांता मोलकरणीवरचा अत्याचार हा काल्पनिक वाटतो. कारण तो जर खरा असेल तर "मी शीलमान माणूस" (पृ.४३) हे आत्मनिवेदन तरी खोटे ठरते. कारण "शीलमान माणूस" म्हणविताना शरणने जोशांशी मारलेल्या गप्पा. (पृ.४२.) जोश्याच्या बायकोकडून पाणी घेताना झालेल्या हस्तस्पर्शाचा बेभान आनंद. (पृ.४३.) पाटलिणीच्या चोरट्या स्पर्शाची भूक. (पृ.४३.) घरमालकिणीला एकदा उडवलंच पाहिजे. (पृ.४४.) यांसारख्या गोष्टींचा मेळ कसा साधावयाचा? अर्थात कादंबरीत असे विषय बटबटीतपणे रंगविता येतात, हेच यातून सिद्ध होते. म्हणजेच अप्रत्यक्षपणे लिंबाळे वास्तवाचे भान सोडून प्रचंड कल्पनेकडे वळलेले दिसतात, असे म्हणता येईल.

आत्मभानातील वास्तवता

कुसुम आणि दिनेश ह्या वास्तवदर्शी व्यक्तींपासून लिंबाळे मनाने कधीच दूर जात नाहीत. स्वाती या मैत्रिणीशी सख्य ठेवूनही ते कुसुमला सोडू शकत नाहीत. तसेच दिनेशपासून ते शरीराने पळून गेलेले असले, तरी मनाने कधीच दूर होता आलेले नाही, अशी ते प्रामाणिक कबुलीही देतात.

तेव्हा त्यांच्या या वास्तव आत्मभानाचे कौतुक करावेसे वाटते.

"प्रत्येक कलाकृती ही त्या कलावंताची आत्मकथाच असते. कलावंत आणि कलाकृती या कमी-अधिक फरकाने एकाच नाण्याच्या दोन बाजू आहेत, असे स्वतः लिंबाळे "खाजगी" त सांगतात. कलाकृती ही "मन आणि जीवन" या नाण्याच्या दोन बाजू असलेली. मनात स्वाती आणि जीवनात कुसुम. त्यामुळे कलाकृतीचे वास्तव कुणात शोधायचे? अंगावर पोषाख तसं वास्तवावर कल्पना? की वास्तव नि कल्पना मिळूनच कलाकृती? असे काही आव्हानात्मक प्रश्न "बारामाशी" ने वाचकांपुढे उभे केले आहेत.

एकूण "बारामाशी" ही सारी कलाकृती एकीकडे प्रत्यक्ष घडणाऱ्या घटनांची आणि दुसरीकडे कल्पनेच्या विश्वात तरंगणाऱ्या मनाची, अशा दोन पातळ्यांवर साकारत जाते. विशेष म्हणजे या दोन्ही पातळ्यांचा समतोल लेखकाने कुठेही ढळू दिलेला नाही.

(ब) "बारामाशी" चे मूल्यमापन
१. "बारामाशी" तील कल्पना

दूरवरची वस्तू अधिक अस्पष्ट, अंधूक दिसते तर जवळची वस्तू ही अधिक स्पष्ट नि गडद दिसते हा साधारण नियम आहे. परंतु दलित आत्मकथनाच्या बाबतीत याच्या उलट परिस्थिती दिसते. इथल्या भूतकाळात जसजसे खोलवर/ लांबवर जाऊ, तसतसा तो अधिक स्पष्ट, गडद होताना दिसतो. याउलट, वर्तमानाकडे येऊ तसतसा तो अधिक अस्पष्ट, अंधुकसा दिसायला लागतो. भूतकाळात घडून गेलेल्या घटनांची नोंद असते. त्यामुळेच लेखक वास्तवाचे दर्शन अधिक स्पष्टपणे घडवतो. परंतु वर्तमानकालीन जीवनसंसार हे फुलायचे असतात, घट्ट रुतायचे असतात आणि कोमेजू किंवा उद्ध्वस्त होऊ नये म्हणून वर्तमान घटनांची नोंद घेताना लेखकाला एक खबरदारी म्हणून काल्पनिकतेचा आधार घ्यावा लागतो. वास्तवावर कल्पनेचा पोषाख हा चढवावा लागतो. लिंबाळे यांनीही तो "बारामाशी" त चढविला. म्हणून तिचे मूल्य कमी ठरत नाही, तर त्यांच्या आत्मभानाचे कौतुकच व्हावे.

२. "अक्करमाशी" आणि "बारामाशी"

"अक्करमाशी" हे लिंबाळे यांचं पहिलं आत्मकथन प्रकाशित झालं. त्याची विपुल चर्चाही झाली. त्यातला सामाजिक विद्रोह हा पूर्णपणे नवा

होता. समाजव्यवस्थेची बळी ठरलेली आई आणि तिच्या पोटी जन्माला आलेलं मूल, आणि तेही अनैतिक संबंधातून. ज्याचा जन्मच मुळी अनैतिक संबंधातून ठरवला गेलाय अशा गाव, भाषा, आई-वडील, जात-धर्म या सर्वच बाबतीत दुभंगलेल्या जीवाची वेदना या आत्मकथनात आहे. ही वेदना केवळ अस्पृश्यपणाचीच नाही, तर त्याहून अधिक जाणवते ती ''अक्करमाशी''पणाची! ''मी कोण आहे? स्पृश्य की अस्पृश्य?'' या प्रश्नातून ही आत्मकथा साकारत जाते आणि ''महारोगाचा चट्टा लपवून ठेवावा तसं हे जीवन लपवून ठेवावं वाटायचं. नेहमीच सबलांनी अबलांवर अन्याय, अत्याचार केलेला आहे. या बदमाश समाजातील, पुरुषाच्या व्यभिचाराच्या समर्थनासाठी त्याला त्याची सत्ता, संपत्ती, समाज, संस्कृती आणि धर्माची पाठराखण असते. पण स्त्रीचं काय? तिला तो बलात्कार आपल्या पोटात वाढवावा लागतो. त्या बलात्काराला जन्म द्यावा लागतो. त्याचं पालनपोषण करावं लागतं. हा बलात्कार एक आयुष्य जगतो.'' या आयुष्यातील असह्य वेदना लेखकाने त्यात मांडलेल्या आहेत.

तर त्यांचीच दुसरी आत्मकथा म्हणजे ''बारामाशी''. ''बारामाशी'' हा सुशिक्षित दलित मनाचा हुंकार आहे. समाजव्यवस्थेनं ज्याचं अस्तित्व नाकारलं, स्वातंत्र्यसूर्याचा प्रकाश जिथवर पोचलाच नाही, अशा गावकुसाबाहेरच्या वस्तीत डॉ. बाबासाहेब आंबेडकरांनी शिक्षणाची ज्योत पेटवली. या ज्योतीच्या प्रकाशकिरणांत न्हाऊन निघालेल्या दलितांना नवी अस्मिता मिळाली. नव्या दिशा गवसल्या. त्यातून ''दलित ब्राह्मण'' हा एक नवाच वर्ग उदयास आला. पण आपलं दलितपण विसरून सवर्णासारखं राहण्यासाठी धडपडणाऱ्या या सुशिक्षित दलित तरुणांना आपली नाळ दलितांशीच जोडलेली आहे, हेही विसरता येत नाही. या ओढाताणीत होणारी त्यांची कुचंबणा, कुतरओढ या पुस्तकात समर्थपणे रेखाटली आहे.या त्रिस्तरीय अवस्थेत जगत असताना लेखकाच्या संवेदनाशील मनाला भोगाव्या लागलेल्या यातनांची, मनातील प्रचंड खळबळीची ही अस्वस्थ कहाणी आहे. किंबहुना, ती सवर्णमय होऊ पाहणाऱ्या प्रत्येक सुशिक्षित दलित व्यक्तीची आत्मकथा आहे. त्यामुळे ''अक्करमाशी''तील पूर्ण दलितपण आणि ''बारामाशी'' मधील अर्धवट मध्यमवर्गीय जीवन यांच्या कोंडीत सापडलेली ''बारामाशी'' ही नोंदवही

आहे, असेही म्हणता येईल. कारण जी पांढरी कॉलर त्यांच्या मानेला चिटकली आहे, ती त्यांना वरवरून सुख देते; पण आतून कुठेतरी त्यांना काचते, जखमी करते.

∎∎∎

संदर्भसूची

१. हलसगीकर दत्ता, लोकमत- साहित्य जत्रा, नागपूर. रवि.दि. १.४.९०

२. तारापुरे सुनिता, ''सुशिक्षित दलित मनाचा हुंकार'', दै.संचार, सोलापूर, रवि. पुरवणी, ५ फेब्रु. १९८९, पृ.५

३. शरणकुमार लिंबाळे यांच्याशी केलेली चर्चा, सोलापूर, दि. २६.१.९२

∎∎∎

४. राणीमाशी : एक आकलन

१. प्रास्ताविक

"राणीमाशी" हे शरणकुमार लिंबाळेंचं तिसरं आत्मकथन जानेवारी १९९२ मध्ये प्रचार प्रकाशन, कोल्हापूरने प्रकाशित केलं. मधमाश्यांमध्ये एक राणीमाशी असते, जी केवळ प्रजोत्पादनाचं कार्य करते. राणीमाशी नराला वापरते आणि नर मरून जातो. अशी प्रवृत्ती माणसामध्येही असते. असे स्वत: 'मनातलं' मध्ये लिंबाळे सांगतात. माणूस सिगारेट ओढतो आणि हात पोळण्याअगोदर तिला फेकून देतो. ओढतो तेव्हा ती ओठात असते. फेकतो तेव्हा टाचेखाली असते. माणसंही माणसाला असंच वापरतात. कार्यभाग साधून त्याला नाकारतात, फसवतात, विश्वासघात करतात, त्याला आयुष्यातून उठवतात, असाही एक अर्थ "राणीमाशी" तून लिंबाळे सूचित करतात.

"राणीमाशी" हे आत्मकथन त्यांच्या दोन्ही आत्मकथनांपेक्षा किंबहुना एकूणच दलित आत्मकथनांमध्ये एक वेगळेपण दर्शविते. यात शरणकुमारांनी एक प्रयोग केलेला आहे. यात तीन छोटी मनोगतं आहेत. एक आत्मनिवेदन शरणचं आहे, दुसरं स्वातीचं आणि तिसरं पत्नी कुसुमचं. या तिन्ही मनोगतांतून "राणीमाशी" साकारलेलं आहे. एक वेगळा प्रकार म्हणून या आत्मकथनाचा विचार करता येईल. यातील तिघांची भाषा वेगळी आहे, हे लेखकाचे एक वेगळे कौशल्य होय.

२. ‘‘अक्करमाशी’’ ते ‘‘राणीमाशी’’ व्हाया ‘‘बारामाशी’’ एक प्रवास

१ जून १९५६ ही लेखकाची जन्मतारीख. त्यांचे ‘‘अक्करमाशी’’ हे पहिले आत्मकथन १० जुलै १९८४ ला प्रकाशित झालं. हा २८ वर्षांचा कालखंड ‘‘अक्करमाशी’ त येतो. ‘‘बारामाशी’’ हे त्याचंच दुसरं आत्मकथन १५ जुलै १९८८ ला प्रकाशित झालं; तर तिसरं आत्मकथन ‘‘राणीमाशी’’ हे १९९२ ला प्रकाशित झालं. या प्रत्येक आत्मकथनाच्या प्रकाशनात चार-चार वर्षांचं अंतर आहे.

‘‘अक्करमाशी’’ ची एक बाजू म्हणजे ‘‘बारामाशी’’ तर दुसरी ‘‘राणीमाशी’’ म्हणून सांगता येईल. कारण ‘‘बारामाशी’’ तील स्वाती-शरण हे प्रकरण ‘‘राणीमाशी’’ तही पुढे चालू राहतं.

‘‘अक्करमाशी’’ त विवाहबाह्य संबंध आहेत. इथला पुरुष सवर्ण आहे, तर स्त्री दलित आहे. यांच्या संबंधातून जन्माला आलेल्या लेखकाची ही जीवनकहाणी. ‘‘राणीमाशी’’त देखील विवाहबाह्य संबंधच आहेत. मात्र इथला पुरुष दलित वर्गातील तर स्त्री सवर्ण वर्गातील आहे. ‘‘अक्करमाशी’’ त मसाईच्या जीवनाची फरफट होते. तर ‘‘राणीमाशी’’ त कुसुमच्या मनाची फरफट, घालमेल होताना दिसते. तेव्हा पुरुष हा ‘‘अक्करमाशी’’तला असो वा ‘‘राणीमाशी’’ तला, तो विवाहबाह्य संबंधांना राजरोसपणे ठेवतो.

‘‘अक्करमाशी’’ व ‘‘राणीमाशी’’ तील स्त्री-पुरुषसंबंधांना नकळत एक वीण असल्याचे जाणवते. ती म्हणजे प्रतिष्ठा, जात, अब्रू, घराणं यांची जेव्हा हे संबंध धोक्यात येतात, तेव्हा नकार मिळतो. आणि हे नकार दोन्ही आत्मकथनांतून जाणवतात. विशेषत: जे प्रतिष्ठित घराण्यातील आहेत, त्यांच्याकडून नकार येतो. ‘‘अक्करमाशी’’त सवर्ण पुरुषाकडून तर ‘‘राणीमाशी’’त सवर्ण स्त्रीकडून हा नकार येतो.

२.१ सामाजिक संबंधाकडून प्रेमाकडे

‘‘अक्करमाशी’ त शंभर टक्के दलित जीवन आढळून येतं, तर ‘‘बारामाशी’’त पंचवीस ते तीस टक्के प्रमाणात येते. परंतु ‘‘राणीमाशी’’ त मात्र दलित जीवन क्वचित प्रमाणात आढळते. कारण लिंबाळेंनी इथे प्रेमाला अधिक महत्त्व दिलेले आहे. प्रेम हीच भावना केंद्रवर्ती मानून लेखन केल्यामुळे

ही दलित कलाकृती मानावी की नाही? असा प्रश्न पडतो.

कुसुम ही लेखकाची पत्नी. सामाजिक जाणीव असणारी. तिच्या मनाला एक प्रकारची खंत ग्रासून राहिलेली आहे. ती म्हणजे पूर्वी कार्यकर्ते घरी येत होते, आता येत नाहीत. पूर्वी सामाजिक चर्चा व्हायच्या; आता लफड्याच्या, प्रेमाच्या होतात. याविषयी कुसुम स्वत: आपल्या मनोगतात, ''पूर्वी आमच्या घरी कार्यकर्ते येत. चळवळीवर चर्चा होई. ऐकायलाही बरे वाटायचे; पण अलिकडे स्त्रियांवरच्या चेष्टा आणि चर्चा ऐकून मला चीड येई.'' (पृ.८४.) असे म्हणते. पूर्वी क्रांतीचे स्वप्न पाहणारे शरण आता प्रेमाचे स्वप्न पाहतात. त्यांचं हे कार्यकर्तेपण नाहीसं व्हावं, याचं पत्नीला वाईट वाटतं. शरणचं कार्यकर्तेपण नष्ट होऊ नये म्हणून ती स्वातीस दूर होण्यास सांगते. दिनेशही त्यांना वेळोवेळी तसा सल्ला देतो.

''प्रेम आणि परिवार'' की ''प्रेम आणि समाज'' अशा द्वंद्वात लेखक येथे सापडला आहे. घरात, समाजात आणि प्रेमात तो वटवाघळासारखा टांगला आहे. या प्रेमाला सांस्कृतिक सूड म्हणता येणार नाही. केवळ त्यांनी घेतलेली ती एक भूमिका आहे. कारण एकाच ठिकाणी नोकरी आणि दररोजच्या एकमेकांच्या सहवासामुळे हे प्रेम फुललेलं आहे. पूर्वी या बाबतीत सामाजिक ताण-तणाव निर्माण होत असत. परंतु आज शिक्षण, समाजकारण, राजकारण, खेळ वगैरे संबंधाने स्त्री-पुरुष एकत्रित येतात आणि एकमेकांच्या सहवासामुळे अशा प्रकारचं प्रेम फुलतं. अशा प्रेमाचा शेवट मात्र बव्हंशी नित्याचाच होतो.

''अक्करमाशी'' चा शेवट ''माझा जन्मच अनैतिक ठरवला जात असेल, तर मी कुठल्या नीती पाळू?'' म्हणून ''राणीमाशी''त लिंबाळे अनैतिकपणे बेभान वागले असे म्हणायचे का? असे असेल तर ''प्रज्ञा-शील-करुणा'' ही आंबेडकरी विचारप्रणाली ''राणीमाशी''त कुठे बसते? की त्यांच्या या अनैतिक संबंधांचं ते म्हणतात त्याप्रमाणे, ''एखादी सवर्ण स्त्री स्वखुशीने आमच्याकडे चोरवाटेने येत असेल, तर तिचं आम्ही देवतेसारखं स्वागत करू, तिची पूजा करू.'' (पृ.१०८.) या विचारांचं समर्थन करायचं?

शरण विवाहित असूनही स्वाती या सवर्ण विवाहित स्त्रीवर त्यांचे प्रेम आहे. त्यांचं हे प्रेम आंधळं आहे. घर, चळवळ नि स्वत:चं करिअर सोडून स्वाती म्हणजे सर्वस्व असं त्यांना वाटतं. परंतु त्यांचे हे संबंध जेव्हा संपुष्टात

येतात, तेव्हा मात्र त्यांची जात काढली जाते. "स्वातीच्या आईनं शरणची जात काढली होती." (पृ.१०१.) असे कुसुम आपल्या मनोगतात म्हणते. तसेच "महार-ब्राह्मणांचं वैर खूप जुनं आहे. तुझा हात मोडण्यामागे लिंबाळेचाच हात आहे." असे जोश्याला त्याचे नातेवाईक सांगतात. (पृ.१२०.) त्यामुळे ही मैत्री स्त्री-पुरुष संबंधाची असो वा पुरुष-पुरुष संबंधाची असो, तेव्हा त्यांचे संबंध केवळ वर्णव्यवस्थेमुळे संपुष्टात येतात. स्वतः लिंबाळे म्हणतात त्याप्रमाणे, "स्वातीचं घर काय किंवा जोश्याचं घर काय, या दोन्ही घराण्यांना भांडण्यात माझी जातच दिसली. मी महार नसतो तर?" (पृ.१२०.) एकूण काय कितीही मैत्री, प्रेम असले तरी जात ही सामाजिक सुधारणांची गतिरोधक बनते. याचं प्रत्यंतर संपूर्ण "राणीमाशी" भर जाणवतं.

२.२ सामाजिक संबंधाकडून मानवी संबंधाकडे-

या कलावंताचा प्रवास आहे. "अक्करमाशी"तील विवाहबाह्य संबंध हे सामाजिक अंगाने येतात, तर "राणीमाशी"त ते मैत्रीच्या अंगाने मांडलेले आहेत."अक्करमाशी"तल्या स्त्री-पुरुष संबंधाविषयी लेखकाच्या मनात चीड, तर "राणीमाशी" त असूया निर्माण होते. "अक्करमाशी"त सर्वच सामाजिक प्रश्न आहेत. "बारामाशी"त त्यांचे प्रमाण कमी आहे. पण "राणीमाशी"त प्रेम हाच एक विषय हाताळल्याने ते दलित सामाजिक जीवन-जाणिवापासून दूर जाते. इथे प्रेम हे सामाजिक संदर्भात येत असले, तरी ते व्यक्तिविकासाच्या अंगाने येते. सामाजिक संबंधाविषयी लिहिताना लिंबाळेंची भाषा बहिर्मुख आक्रमकतेचे रूप धारण करते. पण मानवी संबंधाविषयी लिहिताना तीच भाषा अत्यंत तरल, उत्कट नि चिंतनशील रूपात प्रकट होते. सामाजिक संबंधाबरोबरच मानवी मनाचा सखोल अभ्यास लेखकाच्या ठायी आहे, हे तिन्ही आत्मकथा वाचल्यानंतर जाणवते.

एकूण सामाजिक संबंधात ("अक्करमाशी"त) जातिव्यवस्था, अस्पृश्यता, दारिद्र्य, अक्करमाशीपण हा भाग येतो. तर मानवी संबंधात ('बारामाशी', 'राणीमाशी') प्रेम, मैत्री, प्रेमभंग, विश्वासघात वगैरे गोष्टींचा समावेश करता येईल. थोडक्यात मसाई-हणमंत ते स्वाती-शरण संबंधापर्यंतचा सर्व भाग सामाजिक संबंधापेक्षाही मानवी संबंधातच प्रकर्षाने जाणवतो.

२.३ "राणीमाशी" : एक सूडात्मिका

'अक्करमाशीतील काकाच्या मायीवर बलात्कार करावा' सारख्या वाक्यातून लेखकाची सामाजिक सूडाची भावना व्यक्त होते. तीच पुन्हा एकदा ''राणीमाशी'' तून व्यक्त होते. शरणच्या मनात सवर्ण स्त्री उपभोगण्याची अभिलाषा निर्माण होते. ती लिंबाळे,

"माझे पौरुष ॲसिड ॲसिड
भोगू इच्छिते इथल्या हरेक मादीला
जिने नाकारले
मला शूद्र म्हणून" (पृ.१०९.)

अशा शब्दात सांस्कृतिक सूडाची भावना व्यक्त करतात. जेव्हा त्यांचं प्रेम तुटतं, भंग पावतं, ते एका क्षणात नाहीसं होतं, तेव्हा ते टोकाची भूमिका घेतात आणि पुन्हा एकदा ''अक्करमाशी'' तील रौद्ररूप उघड्या-नागड्या स्वरूपात प्रकट होतं.

''राणीमाशी'' तला शरण हा प्रणयधुंद आहे. जोपर्यंत प्रेम आहे तोपर्यंत तिटकारा नाही. परंतु प्रेमभंग होताच ते तितक्याच ताकदीनं विध्वंसक होतं, स्फोट पावतं. ''अक्करमाशी''त दाबून ठेवलेलं मन हे ''राणीमाशी''त तितक्याच ताकदीनं उसळ्या घेतं. म्हणूनच ते स्वातीविषयीचा तिटकारा, ती बाहेरख्याली आहे, अनेक पुरुषांशी तिचा संबंध आहे, ती अनेक मित्र बदलणारी, अनेक जणांना कंपनी देणारी अशा शब्दांतून व्यक्त करतात. स्वत: स्वाती ''लिंबाळे मला घाण घाण शिव्या देतात.'' अशी ऑफिसमध्ये तक्रार मांडते. (पृ.११९)

स्वातीलाही पुरुषांचा तिटकारा वाटतो. कारण तीच म्हणते, ''माझ्या मनात पुरुषांविषयी प्रचंड द्वेष होता. काही अंशी अजूनही आहे. अजाणत्या, कोवळ्या वयात जेव्हा स्त्री-पुरुष संबंधाविषयी मी पूर्णपणे अज्ञानी होते, तेव्हा इतके वाईट अनुभव पदरात पडले, की या गोष्टीविषयी माझ्या मनात किळस निर्माण झाली.''(पृ.८०.) याचाच अर्थ मित्रातील पुरुषपण ती विसरू शकत नाही.

समस्वभावाची दोन मनं गुंफून ''राणीमाशी'' साकार झालेली आहे, याची जाणीव लिंबाळेंना आहे. ''विवेक विकृतीनं नटलेल्या मनांची ही प्रामाणिक-अप्रामाणिक स्पंदनं आहेत.'' असं ''मनातलं'' मध्ये सांगतात ते

याच हेतूने.

''राणीमाशी'' चा पहिला महत्त्वाचा भाग हा ''स्वाती-शरण यांच्या प्रेमाचा'' तर दुसरा भाग ''प्रेमभंगाचा.'' पारंपरिक प्रेमभंगाची कहाणी येथे समाप्त होत नाही. तर प्रेमभंगानंतर जे घडतं, ते अगदी तारखा-तपशिलांसह येतं. मराठी साहित्यात हा अनुभव नवीन आहे. कारण प्रेमभंगाने कलाकृतीचा शेवट होतो, तो कोणाच्यातरी आत्मनाशाने. परंतु ''राणीमाशी'' ही याला अपवाद आहे. जीव लावणारं प्रेम, जीव घेणारं प्रेम याचा प्रत्यय अगदी मराठीत पहिल्यांदा येतो.

३. ''राणीमाशी''तील व्यक्तिरेखा

१) शरण :- ''अक्करमाशी'' ते ''राणीमाशी'' व्हाया ''बारामाशी'' या सर्व कलाकृतींचा शरण हा एकच नायक आहे. या तिन्ही आत्मकथनांतून ते प्रेमाच्या बाबतीत अयशस्वी ठरलेले आहेत. ''अक्करमाशी''तील दलित शेवंतावरील प्रेम भंग पावतं. तोच अनुभव ''राणीमाशी'' तील सवर्ण नायिका स्वातीच्या बाबतीत आहे. ''बारामाशी'' त स्वातीच्या रूपाने ते उमलतं, आणि ''राणीमाशी''त अधिक गहिरं होतं. प्रेम हा शरणच्या आत्यंतिक जिव्हाळ्याचा विषय आहे. ''अक्करमाशी''तल्या शेवंतावरील प्रेमभंगामुळे आणि ''राणीमाशी'' तल्या स्वातीच्या प्रेमभंगामुळे वाट्याला आलेलं अस्वस्थपण या दोहोत मात्र फरक जाणवतो. ''राणीमाशी''तल्या प्रेमभंगामुळे ते अधिक अस्वस्थ होतात. हा कदाचित त्यांच्या वय, जात आणि विवाहबाह्य संबंध यांतील फरक असावा.

२) स्वाती :- ही शरणची प्रेयसी. ''बारामाशी''पासून ''राणीमाशी'' पर्यंत ही त्याची मैत्रीण म्हणून वावरते. ती मुळातच स्वैर, स्वच्छंदी आणि खिलाडू वृत्तीची आहे. तिला स्वत:चा नवरा अरसिक वाटतो. तिच्या मनात पुरुषाविषयी, विशेषत: स्त्री-पुरुष संबंधाविषयी तिटकारा आहे. कारण नको त्या वयात तिच्या मनावर काही आघात झालेले आहेत.

शरण हा एक मोठा लेखक, कलावंत म्हणून ती त्याच्याकडे आकर्षित होते. तो तिला अनेक वेळा टाळण्याचा प्रयत्न करतो, पण ती त्याचा पिच्छा सोडत नाही आणि त्यांचे संबंध दृढावत जातात.

३) कुसुम :- कुसुम ही शरणची पत्नी. ''अक्करमाशी'' ते ''राणीमाशी''

व्हाया ''बारामाशी'' या सर्व कलाकृतींमधून उपनायिका म्हणून वावरते. परिस्थितीनुरूप तिचं वागणं आहे. आलेल्या प्रसंगाला सामोरं जाण्याचं धैर्यही तिच्यात आहे. तिला सामाजिक जाणीव आहे. शरणचं समाजापासून दूर जाणं तिला आवडत नाही. आपल्यापेक्षाही आपल्या समाजापासून, चळवळीपासून त्याच्या दूर जाण्याचंच तिला अधिक वाईट वाटतं. बहुतेक दलित आत्मकथनांतील स्त्रियांप्रमाणेच तीदेखील सोशीक मनाची आहे. याविषयी ती मनोगतात म्हणते,

''माझं आयुष्य तरी काय आहे?
मरायचं म्हटलं तरी विचार करावा लागतो
दुसऱ्याला त्रास होऊ नये याची काळजी घ्यावी लागते.
मरणावरसुद्धा माझा हक्क नाही.'' (पृ.८३.)

''राणीमाशी''त ही व्यक्तिरेखा अधिक जिवंत उमटली आहे. त्यामुळेच ती वाचकांच्या सहानुभूतीचा विषय बनते.

या प्रमुख तीन पात्रांसोबत अनेक छोटीमोटी पात्रेही ''राणीमाशी''त वावरतात. दिनेश कांबळे म्हणजे लेखकाचं ''सामाजिक मन'' आहे. याच्यामुळेच लेखकास चळवळ, सामाजिक प्रश्न कळतात. समीर जोशीमुळे कार्यालयातील घडामोडींची आणि सत्यनारायणाची पूजा वगैरे गोष्टींचे ज्ञान होते. विशेषतः स्वाती आणि शरण यांच्या निमित्ताने ही व्यक्ती अधिक सुस्पष्ट होत जाते. या दोन्ही व्यक्ती ''बारामाशी'' व ''राणीमाशी''त वावरतात. औदुंबर हे कार्यालयातले मुख्य सहायक लिंबाळेंकडे एक लेखक म्हणून पाहणारे. तर देवळे हा चौथ्या श्रेणीतला शासकीय कर्मचारी. कॉ. रवींद्र पाटील आणि विलास मकानदार ही मध्यमवर्गीय कार्यकर्ते मंडळी. सामाजिक बांधीलकी मानणारी, सामाजिक समस्या, चर्चा आणि चेष्टा यांना समान लेखणारी, खलनायकी वृत्तीची.

याशिवाय स्वातीची बहीण ज्योती, भाऊ अमर, मैत्रिणी सुजाता शहा, मीनल, स्मिता - लेखकाची बहीण शशी, भाऊ श्रीकांत पाटील तसेच नरसाळे हा कार्यालयीन सहकारी तर जगदीश मोरे हा बालमित्र आदी पात्रांच्या वावराने हे आत्मकथन साकार होत जाते.

४. ''राणीमाशी'' तील वास्तव आणि कल्पित

''राणीमाशी''त पत्रे, चिठ्ठ्या तारीखवार छापलेली आहेत. तर कुसुमचं आत्मनिवेदन हे दैनंदिनीरूपाने मांडलेलं आहे. कवितेच्या ओळी देऊन भावनांना

नेमेकपणानं चित्रित केले आहे. तारीखवार पत्रांमुळे हे लेखन अधिक वास्तव वाटते. उदा., कुसुमनं बार्शीहून पाठवलेल्या पत्रातला मजकूर पहा. "मी सोलापूरला येणार नाही. मुलांना इथेच शाळेत घालणार आहे. खूप लिहायचं होतं. जागा संपली. अमोल, अस्मिता, अनघा ठीक आहेत. काही काळजी नसावी.

-कुसुम नावडती. (पृ.९५.)

तसेच स्वातीचं शरणला आलेलं पत्रंदेखील तपासून पाहता येईल. (पृ.७९-८२.)

कुसुमच्या आत्मनिवेदनातूनही सत्य तपशील येतात. उदा. "१५ जून, १९८९ रोजी दुपारी स्वाती-शरणवर खोलीचे छत कोसळले, पण दोघांना इजा झाली नाही. म्हणून चर्चा झाली." (पृ.९६.) स्वातीनं शरणला फसवल्याचा दिवस आहे ११ जुलै १९८९ (पृ.९७.) शिवाय १६ जुलै १९८९ १८ जुलै १९८९, (पृ.९९.) , १६ ऑगस्ट, १९८९, (पृ.१००.), २०, २१,२२ ऑगस्ट १९८९ (पृ.१०१-१०२.), २५,२७ ऑगस्ट, १९८९ (पृ.१०३.), २८ ऑगस्ट १९८९ (पृ.१०४.) आदी तारखांचेही तपशील तपासून पाहता येतील. आणि याच दरम्यान म्हणजे १९८९ साली बेनझीर भुट्टो या पाकिस्तानच्या राष्ट्राध्यक्ष होत्या, हा तर इतिहास सर्वांना ज्ञातच आहे. म्हणून कुसुम, "मला माझ्या मुलीचं नाव 'बेनझीर' ठेवायचं होतं." (पृ.८८.) असं म्हणते आणि म्हणूनच तिच्या मनोगतातून येणाऱ्या तारखांचे तपशील हे अधिक वास्तव वाटतात.

संवादही तपशिलांसह जिवंत आहेत. ते काल्पनिक वाटत नाहीत. सर्वच पात्रं ही वास्तव जीवन जगणारी आहेत. म्हणूनच तीही काल्पनिक वाटत नाहीत. उदा., कुसुम म्हणते, "मी काही दिवसांसाठी हन्नूरला गेले. हन्नूर माझं सासर. सासरी तर शरणच्या असल्या लफड्याचं कौतुकचं. कुणालाच त्याचं वाईट वाटत नाही. शरणचं प्रकरण थांबावं आणि त्यांनी घरात लक्ष घालावं म्हणून संतामायने नवस केला. मामांनी ऐकून घेतलं. मामी म्हणाल्या, 'तूच त्याला सांभाळून घे. काय घडलं तर पुढं बघू.' असलं बोलणं ऐकून मला चीड यायची. दादा म्हणायचे, 'काय करतोय ते करू दे. घरी तरी बाई आणत नाही.' माझंच चुकलं म्हणून मी गप्प बसायचे."

(पृ.९६.)

तसेच शरण म्हणतो, "मला माहीत आहे, मी विवाहित असताना एका विवाहित स्त्रीच्या प्रेमात पडणं वाईट आहे. प्रेमभंग झाला म्हणून सूडानं पेटणं, सूडाचं समर्थन करणं ही तर विकृतीच. हे झालं काठावर उभ्या असलेल्या माणसाचं मत; पण प्रवाहपतित व्यक्ती अशीच वागते, हा माझा अनुभव आहे. पण शरणकुमार लिंबाळेंनं असं वागावं का?" (पृ.१२४.)

स्वाती म्हणते, "रस्त्यावरची पाठमोरी मुलं मला शरणसारखी वाटताहेत. परवा त्याचा महाराष्ट्र शासनानं सत्कार केला तेव्हाचा वर्तमानपत्रातला फोटो मिळाला. त्याच्या ग्रंथाला पुरस्कार मिळाल्यानंतर दिलेल्या मुलाखतीत त्यानं म्हटलं होतं, "मला कुणासाठी तरी मोठं व्हायचंय, ती व्यक्तीच माझं प्रेरणास्थान आहे." (पृ.१२८.) ही उदाहरणे वास्तव जीवन तपशीलाचे म्हणून देता येतील.

परंतु "राणीमाशी" ची लालित्यपूर्ण भाषा, कविता यांमुळे ते वास्तवापासून दूर जातं. लेखकानंही "हे काल्पनिक आहे." असं म्हटलं असलं, तरी "मनातलं" सांगताना ते म्हणतात, "म्हटलं तर हे आत्मलेखन." पण हे इतकंच नव्हे तर याच्यापेक्षाही अधिक काही आपणास लेखकाने केलेल्या "जी व्यक्ती-पात्रं, माणसं मला भेटली, ज्यांच्यामुळे ही पानं भरली." (मनातलं) या विधानाचा विचार करता हे आत्मलेखन अगदीच वास्तव बनतं. व्यावहारिक अडचण उद्‌भवू नये म्हणून त्यांनी काल्पनिकतेची टीप टाकलेली असावी, इतकंच.

■■■

५. दलित आत्मकथा : भाषा व शैली

भारतीय विचार-परंपरेत शब्दसामर्थ्याचे महत्त्व फार मोठे आहे. आद्यप्रणवोद्‌गार ही चैतन्याची अभिव्यक्ती मानलेली आहे. सगळा मंत्रविचार हा शब्दसामर्थ्याचा परिपाक आहे. जीव, जगत् नि ईश्वर यांची अवघी गूढे शब्दब्रह्मातून उकलू पाहणाऱ्या भारतीय संस्कृतीत दलितांना शब्दाचा अधिकारच नाकारण्यात आला आणि जीवनातील सर्वोच्च आकांक्षेपासून त्यांना वंचित ठेवण्यात आले. शब्दब्रह्माचा ध्यास घेतलेल्या संस्कृतीने त्यांना मुक्या जनावरांसारखे जिणे जगावयास लावले. म्हणूनच तर त्र्यंबक सपकाळे आपल्या एका कवितेत -

"रेडा इथला! वेदान्ती झाला
मैलोगणती दूर ठेवले
अक्षरशत्रू बनवून आम्हाला"

असे तीव्रोत्कट वैषम्य उद्‌गार काढतात. (हे भाग्य तुम्हाला लाभणार आहे, "सुरुंग", पृ.४२)

समाज भाषा घडवितो हे जसे खरे, तसेच समाज भाषा घडविण्याचे स्वातंत्र्यही देतो. समाज आणि भाषा यांचे संबंध परस्परोपजीवी, परस्परपोषक असतात. म्हणूनच भाषा अखेरपक्षी एका सामाजिक मर्यादेत व्यक्तीचे स्वातंत्र्य जपत असते. माणसाच्या स्वतंत्रतेचे गमक म्हणजे त्याला स्वतःची भाषा वापरण्याची असणारी मुभा व क्षमता. ज्याला आपली भाषा वापरता येते, तो स्वतंत्रच असतो. ज्याला तशी स्वतःची भाषा नसते, तो स्वतंत्र नसतो. अशा माणसाला संस्कृती घडविता येत नाही.

एकंदरीत भाषेचे स्वातंत्र्य हे मानवाचे एक सर्वश्रेष्ठ मूल्य ठरते. आणि हे स्वातंत्र्य खऱ्या अर्थाने माणसाच्या जगण्याचे स्वातंत्र्य असते. अगदी आदिम जमाती घेतल्या, तरी त्यांची काहीएक भाषा आढळते व काहीएक संस्कृतीही आढळते. भारतात दलित समाजाला संस्कृतीच्या गावकुसाबाहेर रोखल्याने त्यांना आजवर जगण्याचे स्वातंत्र्यही नव्हते व भाषेचे स्वामित्वही नव्हते. त्यामुळे त्यांची स्थिती आदिम जमातीच्या अवस्थेहूनही निकृष्ट अशी होती.

दलित समाजाला स्वतंत्र असल्याचे भान ज्या वेळी आले, त्याच वेळी त्यांना स्वतंत्र भाषेचे सामर्थ्यही प्राप्त झाले. शब्द व स्वातंत्र्य हे नेहमीच हातात हात घालून वाटचाल करीत असतात. दलित समाज हा युगानुयुगे पारतंत्र्यात खितपत होता, म्हणून त्यांना भाषेचे स्वातंत्र्यही लाभले नाही. एका तथाकथित प्रगत संस्कृतीच्या खटाऱ्यामागे मुक्या जनावरांप्रमाणे ते रखडत होते. त्यांनाही माणसासारखीच जीभ होती, श्वासनलिका होती, कंठ होता; पण त्यांची भाषेची इंद्रिये मात्र निकामी करून ठेवलेली होती. त्यांना संवेदना होत्या, सुखदु:खे होती, आशा-आकांक्षा होत्या; पण त्यांना अभिव्यक्ती देणारी भाषा नाकारलेली होती. ही परिस्थिती जेव्हा बदलली, तेव्हा स्वातंत्र्य नि भाषा या दोन्ही गोष्टी एकरूप होऊनच त्यांच्यासमोर आल्या. त्यामुळे दलित साहित्याचा जन्म दलित स्वातंत्र्याच्या गर्भातून झालेला आहे.

तीव्र भावना, उत्कट जाणिवा या नेहमीच काव्यरूपाने प्रथम व्यक्त होतात. काव्य हे भाषेच्या विमुक्त अवस्थेचे आद्य नि अखेरचे रूप मानले जाते. पारमार्थिक स्वातंत्र्याचा पुरस्कार ज्ञानेश्वरादी संतांनी केला, त्यातूनच अमृताला पैजेवर जिंकणारा मराठी बोल निर्माण झाला. म्हाइंभट्टकालीन लीळाचरित्रातील भाषा ही बोलीभाषा असल्याचे आढळून येते. जसजसे आपण अलीकडे म्हणजे पेशवाईच्या कालखंडाकडे येऊ, तसतसे बोलीभाषेत फरक पडताना दिसतो. एकंदरीत या कालखंडात बोलीभाषेऐवजी प्रमाणभाषा वापरात आल्याचे दिसते. पद्याऐवजी गद्यातून लेखन केल्याचे आढळते. असे करताना त्या भाषेत रंजकता आणि काल्पनिकता यांचा वापर केला गेला.

पुढे जेव्हा दलित साहित्याची निर्मिती झाली, तेव्हा त्यातील भाषा ही त्यांची बोलीभाषा असल्याचे दिसे. दलित साहित्यिक प्रथमत: आपले स्वानुभव

काव्यातून व्यक्त करू लागला. पुढे त्यांना आपले अनुभव व्यक्त करण्यासाठी काव्याची भाषाही अपुरी पडू लागली. त्यामुळे त्यांनी आपले अनुभव गद्य या वाङ्मय - प्रकारातून सांगण्यास सुरुवात केली. त्यासाठी त्यांनी आत्मकथन हा नवाच वाङ्मयप्रकार निर्माण केला. एकंदरीत दलित आत्मकथनातील भाषेचा विचार करू जाता आपणास असे दिसून येते, की यातली भाषा ही दुहेरी पद्धतीने व्यक्त होताना दिसते. पहिल्या विभागातून त्यांनी आपले अनुभव व्यक्त करताना बोलीभाषेचा वापर केलेला आहे. कारण कुठलाही लेखक हा स्वत:साठी लिहीत नसतो, तर तो आपल्यापुढील वाचकवर्गाचाही विचार करतो. म्हणूनच तो बोली आणि प्रमाण भाषेचा वापर करताना दिसतो. आपले लेखन हे वाचकांनी वाचावं, त्यांना समजावं हा एक उद्देश प्रमाणभाषा वापरण्यामागे असतोच.

पहिले आत्मकथन म्हणून ओळखले जाणारे 'बलुतं' हे प्रमाणभाषेत लिहिलेले आढळते. तर त्यापुढील 'उपरा', 'उचल्या' ही आत्मकथने बोलीभाषेतून लिहिलेली असली, तरी त्यांनी बोलीचा अर्थ हा कंसात दिलेला आहे तो केवळ वाचकांसाठीच. आणि त्यापुढील आत्मकथनांची भाषाही बोली व प्रमाणभाषा अशा दुहेरी पातळीवरून व्यक्त होताना दिसते. एकंदरीत शिकूनसवरून स्थिर होईतोपर्यंतच्या काळातील भाषा - बोलीभाषा आहे तर त्यापुढील भाग प्रमाणभाषेतून लिहिलेला आहे.

दलित आत्मकथनातील भाषा ही प्रमाणभाषा नाही म्हणून ती साहित्यकृती ठरत नाही, असा काहीसा सूर ऐकायला मिळतो. उलट, यातील भाषेमुळे भाषाशास्त्राला मदत तर झालीच आहे, शिवाय मराठीचा शब्दसंग्रह वाढविण्यासदेखील हातभार लागलेला आहे. म्हणूनच डॉ. गो. मा. पवार म्हणतात, "दलित साहित्यानं मराठी भाषेला अधिक समृद्ध केलं. काही शब्द, शब्दप्रयोग, वाक्याची मोडणी मध्यमराठीला अज्ञातच होती. या शब्दांना, शब्दप्रयोगांना दलित साहित्यानं मराठी साहित्याच्या प्रवाहात आणून सोडलं, या दृष्टीनं हे साहित्य स्वागतार्हच मानावं लागेल.[१] तर यालाच पुष्टी म्हणून "दलित जीवनातील भावनांना, जाणिवांना अभिव्यक्ती देणारी जी भाषा किंवा शैली वापरली जाते, तीमुळे मराठी शब्दसंपत्तीत भर पडली आहे. मराठी शैलीला एक जोमदारपणा प्राप्त झाला आहे."[२] असे प्रा. रा. भि.

जोशी स्पष्टीकरण देतात.

तसेच अलीकडे दलित साहित्यामुळे मराठी साहित्यात काय बदल झाला? किंवा दलित साहित्यानं मराठी साहित्याला काय योगदान दिलं? अशा प्रकारचे काही प्रश्न भाषेच्या संदर्भातच चर्चिले गेले आहेत. तेव्हा मराठी शब्दकोषात नाहीत असे नवे शब्द, वाक्प्रचार, म्हणी फार मोठ्या संख्येने दलित आत्मकथनांतून आल्या आहेत. त्यामुळे मराठी शब्दसंपत्तीत फार मोठी मोलाची भर पडलेली आहे. अशा प्रकारे मराठी शब्दसंग्रह हा अधिक समृद्ध नि सकस होईल, यात काही वाद नाही. तेव्हा भाषा समृद्ध व्हायची असेल, तर शब्दांचा विटाळ धरून चालणार नाही, हेही तितकेच सत्य आहे.

दलित साहित्यामुळे ग्रांथिक मराठीला अपरिचित बरेच नवे शब्द आले. मराठीत ज्या शब्दांचा उच्चारही होत नव्हता, ते सर्रास उपयोजिले जाऊ लागले. दलित साहित्याने नवा आशय, नवी शैली दिली. दलित साहित्यातील नवा प्रकार आत्मनिवेदनाचा. अभिव्यक्ती व आविष्काराच्या बाबतीत दलित साहित्यानं मराठी साहित्याला फार मोठी देणगी दिलेली आहे. प्रा. अरुण कांबळे म्हणतात, "आशय आणि अभिव्यक्तिदृष्ट्या, विशेषत: भाषेची आजपर्यंत अपरिचित असलेली अनेक रूपं दलित साहित्यानं प्रकट केली. युगांचे उपेक्षित समर्थ साहित्य लिहू शकतात, हे सिद्ध केलं. प्रचलित मराठी साहित्यावर हे या साहित्याचे उपकार आहेत. दलित साहित्याचं केंद्र मानवता हे असल्यामुळे या साहित्यात आज ना उद्या प्रचलित साहित्यातून वेगळं मूल्य, वेगळी आशयघनता, जाणिवेची वेगळी रूपं, अभिव्यक्तीची नवी तंत्रं निर्माण होतील. असा विश्वास निर्माण केला.[३]

कोणत्याही साहित्यकृतीच्या कलात्मकतेचे स्वरूप हे त्यातील आशय आणि अभिव्यक्ती यांतील नावीन्याच्या कसोटीवर तपासून पाहिले जाते. एखाद्या कलाकृतीचा आशय हा तिच्या भाषाशैलीचे स्वरूप निश्चित करतो. दलित आत्मकथांमधील नवा आशय मांडण्यासाठी वास्तवरूप अशी भाषाशैली स्वीकारणे या लेखकांना आवश्यक होते. म्हणूनच या शैलीविषयी नारायण सुर्वे, "शैली जीवनाच्या घुसळणीतून जन्मते, असा माझा नम्र समज आहे. बोलीभाषेच्या व सामान्य माणसाला समजेल या शैलीच्या जवळ जो मी

पोचलो, त्याचं कारणही हेच असावं, असं मला वाटतं.''[४] त्यांचे हे म्हणणे रास्तच आहे. दलित साहित्यानं बोलीभाषेचा सकसपणा मराठीत आणला. विशेषत: विषयदृष्ट्या मराठी वाङमयात जे जीवनानुभव आले नव्हते, ते जीवनानुभव आता येऊ लागले. अशा प्रकारे दलित वाङ्मयानं अनुभवदृष्ट्या, भाषादृष्ट्या मराठी साहित्याला समृद्ध केलेलं आहे. म्हणूनच दया पवार, ''जे शब्द केव्हाच वाङ्मयात आले नाहीत, शब्द कोषातही नाहीत, त्यांचा अर्थ देणं, त्यांची व्युत्पत्ती शोधणं, त्यांतील सांस्कृतिक छटा व्यक्त करणं हे जसे भाषा समृद्ध करण्याचे महत्त्वाचे काम आहे, तसेच समाजशास्त्र-मानववंशशास्त्र, त्यातील धागेदोरे जुळविण्यासाठीही भाषेची मदत होणार आहे.''[५] हे विसरून चालणार नाही. अशी अपेक्षा व्यक्त करतात.

दलित आत्मकथनांमध्ये ग्रामीण जीवन फार मोठ्या प्रमाणावर चित्रित झाले आहे. कारण दलित साहित्यातील संघर्षाचे ठिकाण हे ग्रामीण विभाग आहे. शहराच्या तुलनेत हा संघर्ष जातीय पातळीवर खेड्यांतच जास्त प्रमाणात करावा लागतो. डॉ. नागनाथ कोतापल्ले म्हणतात, ''ग्रामीण समाजाची एक पातळी येथे जाणवते. या समाजात दलित शोषितांची बेटे इतस्तत: विखुरलेली आढळतात. त्या समाजाची एक वेगळी जीवनपद्धती, बोलीभाषा येथे आढळते. या समाजातील पिढी जशी शिक्षित होत जाईल, तसतशी त्या जीवनाची चित्रणे जीवनाच्या पार्श्वभूमीसह साहित्यात येणारच.''[६] यातला लेखक आज जरी शहरात वास्तव्य करीत असला, तरी तो आपल्या ग्रामीण जीवनापासूनची नाळ एवढ्या लवकर तोडू शकत नाही. त्याचे बरेचसे आयुष्य हे अशा ग्रामीण भागातच गेल्यामुळे त्याचे पडसाद, तेथील चित्रण हे त्याच्या साहित्यात आपोआप उमटणारच!

दलित आत्मकथने लेखकाच्या बोलीभाषेतून लिहिलेली आढळतात. भाषा हे क्रांतीचे प्रभावी शस्त्र आहे, याची जाणीव या शिक्षणाच्या संपर्कात आलेल्या लेखकांना आहे. भाषेचा समाजव्यवहारांशी, समाजाच्या आचार-विचारांशी व नीति-नियमांशी घनिष्ठ संबंध असतो. एखाद्या जमातीची, संस्कृतीची व जीवनरीतीची ओळख भाषेमुळेच होते.''भाषेच्या स्तरावर भाषेच्या वापरांवर सांस्कृतिक मूल्य ठरते. जमातीच्या संस्कृतीची ओळख भाषेमुळेच होते.''[७] असे रा. ग. जाधव म्हणतात, ते योग्यच आहे. दलित आत्मकथनांमध्ये

बरेचदा बोलीभाषेची योजना जाणीवपूर्वक केलेली आढळते. कारण लेखकाचे समाज व भाषा यांच्याशी अतूट नाते असते. खेड्यात जितक्या जाति-जमाती, तितक्या बोलीभाषा असतात. सांस्कृतिक रीति-रिवाजाचे संस्कार त्यांच्या बोलीभाषेवर झालेले असतात. बोली, त्यांची धाटणी, शब्द, वाक्प्रचार या प्रत्येक घटकाचा विचार भाषेचा अन्वयार्थ लावताना करावा लागतो. बोलीच मूळ भाषेला शब्दभांडार वाढवून समृद्ध करतात. त्यामुळे दलित आत्मकथनांचे भाषिकदृष्ट्याही महत्त्व लक्षात घ्यावयास हवे.

बहुतांश दलित आत्मकथनांची भाषाशैली सामाजिक जाणिवेशी निगडित असल्याने लेखकाच्या सभोवतालचा सामाजिक व सांस्कृतिक स्तर या भाषाशैलीतून व्यक्त होताना दिसतो. या आत्मकथनांची सुरुवातच लेखक ज्या समाजात जन्मला, त्या समाजाच्या बोलीभाषेतूनच होते.

शरणकुमार लिंबाळे यांच्या तिन्ही आत्मकथनांच्या ('अक्करमाशी', 'बारामाशी', 'राणीमाशी') भाषेचे स्वरूप स्पष्ट करावयाचे तर, एक म्हणजे लेखकाच्या माध्यमिक शिक्षणापर्यंतचा भाग हा बोलीभाषेत कथन केलेला आहे, तर महाविद्यालयीन शिक्षणासाठी सोलापूरला आल्यानंतरचा भाग आणि "बारामाशी" व "राणीमाशी" ह्या आत्मकथा प्रमाणभाषेतून लिहिलेल्या आहेत.

१. म्हणी-वाक्प्रचार-सुभाषितं

लेखकाने काही पारंपरिक म्हणी-वाक्प्रचार-सुभाषितांचा तर वापर केलेलाच आहे; शिवाय मराठीला अपरिचित असतील, अशा काही नवीन शब्दांची भर घातली आहे.

आपले भावानुभव नेमकेपणाने व्यक्त करताना लिंबाळे, करीच्या बैलावानी पळणे, उरात धडकी भरणे, पांढराशिपट पडणे, पांग फिटणे, ऊर भरून येणे, गोंडा घोळणे, पोटाचा उन्हाळा थंड करणे, हातघाईला येणे, हात सांभाळून खर्च करणे. ("अक्करमाशी" पृ.१,५,५,५,९१,९१,९१,९३,९३), पोळ्याचा बैल होणे ("बारामाशी" पृ.१८) यांसारख्या असंख्य वाक्प्रचारांचा वापर करतात. त्यामुळे या सर्व आत्मकथनांतील प्रसंग अधिक उठावदार बनतात. तसेच काही म्हणींचाही ते वापर करतात. उदा.," 'मुले म्हंजी देवाघरची फुले', परंतु ही म्हण आम्हाला

लागू नव्हती; कारण 'आम्ही म्हंजी गावाबाहिरचा केरकचरा होतो.', ''असे ''अक्करमाशी''त (पृ.४); तसेच ''बारामाशी''त देखील ''तळ्यात मळ्यात जगणं म्हणजे तोंड दाबून बुक्क्यांचा मार असतो.'', ''ना घर ना घाटका'', ''नावडतीचे मीठ अळणी'' (''बारामाशी'' पृ.१३, २५, २५).

लिंबाळे यांचे सुभाषितवजा लेखन म्हणजे एकेक जीवनसिद्धांतच म्हणता येईल. उदा., महारवाडा म्हंजी इसाव्याच्या जवारीचा ढीग, पाण्यापरीस कोन स्वच्छ हाय, माय मला भागाकारावानी घेऊन जगत होती, हातात पोट घिऊन उभा राहायचो तिष्ठीत, संतामायचं बोलणं मनात किच्च घालायचं. (''अक्करमाशी'' पृ.१०, ६,३१,७,६१) तसेच ''राणीमाशी''त देखील सुभाषितं आढळून येतात. उदा., हे मरण नसतं, हे अर्पण असतं; प्रतीक्षा गुलमोहराइतकी रम्य असते, तुझा प्रत्येक निरोप पुन्हा तुझी भेट होईतोपर्यंत मरणालाही थांबायला सांगतो. स्पर्श माझ्या शरीरात स्वर्ग रचतो. (''राणीमाशी'' पृ.११२, २२, २९)

२. पुराण-कथा-व्यक्ती-प्रतिमा यांचे संदर्भ

लिंबाळे यांना त्यांचे काका रामायण, महाभारत, हरिविजय, पांडवप्रताप, शिवलीलामृत, काशीखंड, मार्तंडपुराण, नवनाथ कथासार, तोतामैना, वेताळ पंचविशी, सिंहासन बत्तिशीसारखी अनेक पुस्तके वाचावयास आणून देत असत. त्यामुळे कर्ण, कुंती, राम, सीता, जरासंध, अश्वत्थामा, राधा, कृष्ण, ध्रुवसारख्या व्यक्तींनी लहानपणापासूनच त्यांच्या मनात घर केलेले दिसते. अशा पुराणव्यक्तींचे संदर्भ त्यांच्या लेखनातून प्रकर्षाने येतात.

गुर्जींच्या चपला मला रामाच्या पादुकांवानी वाटायच्या. माझी गोदावरी शाळेतच प्रगट झाली. आपल्या आईची दयनीय अवस्था चितारताना दंडकारण्यात आसरा शोधणाऱ्या सीतेवानी ती भान इसरून चाल्लीती. म्या वाढत हुतो कर्णासारखा महाभारतभर. म्या जरासंधासारखा अर्धा गावात तर अर्धा गावाबाहीर फेकलेला. (''अक्करमाशी'' पृ.४,५,३०,३१,३२)

तसेच स्वतःच्या अस्तित्वाचा शोध घेताना ''आमचे डोळे बांधलेले आहेत, आम्ही भटकत आहोत धृतराष्ट्र-गांधारीसारखे, कर्ण-कुंतीसारखे, एकलव्य-अश्वत्थाम्यासारखे. रणांगणावर वडील, काका, बहीण-भाऊ, आई कळत असूनही आम्ही लढत आहोत आमच्याशीच. शत्रू समजून.''

(“अक्करमाशी”. पृ.७५) असे रूप लेखकाची भाषा धारण करते.

“माय कुंतीवानी गप्प राहायची. अशा वेळी कर्ण मला जवळचा वाटायचा. भाऊबंद वाटायचा. कैकदा म्याच कर्ण व्हायचो.”, “आमचं घर मला लाक्षागृहासारखं वाटत होतं, माय यमावानी फाटक्या गोधडीवर बैस्लीती, भुलोकाच्या पाण्यावानी वनी रडत हुती, म्या मातूर कोर्टात हुभारलेल्या आरोप्याच्या हातातील भगवद्‌गीतेवानी चूप हुतो, म्या त्या जागेवर एकटाच बसून राहायचा. धुमसत ध्रुवावानी. माझ्या जिभेभोवताली अगणित मनूचे कायदे आहेत. (“अक्करमाशी” पृ.४९,८५,१८,१८,४,७८) तसेच “बारामाशी”त देखील काही पुराण-कथा-व्यक्ती यांचे संदर्भ आढळून येतात. उदा., पुरुष म्हणजे एक मयसभाच असते, रत्ना राधेगत निघून जायची, मी तसाच किनाऱ्यावर. डोळ्यात यमुनेचा डोह जमा व्हायचा, हरिचा रंग पाहुनी राधा झाली दंग. (“बारामाशी” पृ.६९,८६,४३) लिंबाळे यांच्या या पुराण-कथा-व्यक्ती केवळ नाममात्र येत नाहीत, तर आधुनिक सामाजिक समस्यांची विविध रूपे घेऊन येतात. त्यामुळेही या लेखनाला एक वेगळीच धार येते.

३. प्रतिमा आणि प्रतीके

प्रतिमा आणि प्रतीकांचा वापरही लिंबाळे तितक्याच कौशल्याने करतात. उदा., “संतामाय जर ताट असती तर पोटात लपवून घेतलं असतं.” (पृ.७३) शरण लहानपणी अंगाखाली ताट लपवून गावात जेवायला जात असत. संतामाय शरणला भेटण्यासाठी सोलापुरी येते, तेव्हा त्यांना आपल्या आजीची लाज वाटू लागते, म्हणून ते वरील आशयाचे उद्‌गार काढतात. “वापरलेल्या तिकिटावानी आम्ही पडलेलो असायचो.” (पृ. ३४) या वाक्यातून आमचं जीवन शून्यवत आहे, असे ते सूचित करतात. भिकाऱ्याच्या झोळीवानी आमचं पोट अधाशी झाल्तं, गोमाशीवानी पोट पाटीला चिटकलेलं, जनावराच्या गोठ्यावानी आयुष्य पडलेलं. डोळ्यांतल्या पाण्याला किती कासरा घालावा, गंगूबाय म्हंजी फिरतं जनरल प्रोव्हीजन स्टोअर्स, दिस धोंड्यावानी जायचा, म्या खुडूक कोंबडीवानी बस्लाता, संतामायचा चेहरा उत्खननात सापडलेल्या लेण्यावानी वाटत व्हता. पावना निर्वासितावानी बसल्ता, आमी दोन उजाड माळासारखे, तिचे कलमी आंब्यावानी थान लोंबलेले असायचे. हऱ्या पावलापावलांवर बळीवानी खचत हुता, संतामायचं तोंड अजस्र उकळणारं

बायलर वाटायचं, पताका लावल्यावानी घरोघर चाण्या वाळत होत्या, दादा पिला की भळभळणाऱ्या जखमेवानी बोलतूया, उन्मळून पडणाऱ्या झाडावानी संतामायच्या डोळ्यांतनं अश्रू ढासळतया, शोभी नवऱ्यासंग नांदाय जाताना हाळजाय कुत्रीनं जागा हुडकत फिरावं तसं स्टँडभोवती हऱ्या तरमळत फिरताना म्या बगितलो, माणूस म्हणजे बोधच, चहा करण्यासाठी गूळ मिळाला होता परंतु चहापत्ती नव्हती, तेव्हा लेखक सहजच बोलून जातात- परत एक अडचण आडवी आली लेकरू आडवं आल्यावानी, संतामायच्या डोळ्यांतली आसवं मला महाकाव्यावानी वाटायची, तिची एकेक व्यथा महायुद्धाची ठिणगी वाटायची. बसमध्ये अर्ध तिकीट मिळावं म्हणून आईनं मुलाचं वय चोरून सांगावं, तसं दादा आपली जात चोरून सांगायचा. दलित चळवळ फुप्फुसासारखी तर डॉ. बाबासाहेब आंबेडकर हृदयागत वाटू लागले. ("अक्करमाशी" पृ. ३, २९, ३१, ३४, ३६, ४१, ४०, ४३, ९, १३, २८, ४४, ९१, ३७, ६४, ८६, ८६) यांसारख्या "अक्करमाशी" च्या पानापानांवरून विखुरलेल्या कितीतरी विधानांतून येणाऱ्या असंख्य प्रतिमा-रुपके आणि प्रतीकांतून, लिंबाळे आपल्या मनात चाललेली विविध आंदोलने नेमकेपणाने टिपतात. ह्या प्रतिमा-प्रतिके-रूपके केवळ लिंबाळे यांच्या लेखनशैलीची वैशिष्ट्ये तपासण्यासाठीच विचारात घ्यायला हवीत असे नव्हे, तर त्यामधून लिंबाळे यांचा जीवनाकडे पाहण्याचा दृष्टिकोन किती निखळ आहे, हेही सूचित होते.

याच भूमिकेतून "बारामाशी"तीलही खालील काही लिंबाळे यांची विधाने तपासून पाहता येतील. उदा., पाटलाच्या हल्यागत वारं वाहत होतं. तरुण विधवेसारखी माती अंगावर उडत होती. काळोख डोळ्यांत रुतत होता. झोप पाकोळीगत उडून गेली होती. दोन डोळे तुटलेल्या पतंगासारखे अंधारभर लोंबकळत होते, फाशी घेतलेल्या माणसासारखे, कुसुमचं तोंड म्हणजे ऑल इंडिया रेडिओच, मी जनगणना करायला आलेल्या माणसासारखा त्यांच्यात बसून होतो. या विधानांतून लिंबाळे, गावी गेल्यानंतर आपल्याच घरात आई-वडील, बहीण-भाऊ व आपल्यात पूर्वीसारखी आपुलकी आता राहिलेली नाही, असे सूचित करतात. तसेच आणखी काही उदा. पहा -पोरं निघून जातात, झाडावरून तमाम पाखरं उडून जावीत तशी. मी रिकाम्या झाडासारखा

उजाड होतो, मला आंबेडकर जानवे वाटू लागतात, बाबासाहेबांच्या पुतळ्यापुढून जाताना सावकाराचं तोंड चुकवावं, तसा मी निघून जातो. मेधा, तू दिलेल्या अनेक भेटवस्तू रात्री जळून खाक झाल्या, सतीसारख्या. माझे पाय पृथ्वीला ओझे झाले होते. माती गदगदली होती. सूर्यालाही घाम फुटला होता. (''बारामाशी'' पृ.२३,२५,३२,५२,५३,५२,७५,७५) ही व अशी कितीतरी ''बारामाशी''तील विधानेही वाचकांच्या मनात खोलवर रुजून, त्यांना मानवी जीवनातील अनाकलनीय घटना-प्रसंगांविषयी चिंतनशील बनवितात.

४. लोककथा

विशेषत: बहिष्कृत जगातल्या समाजात जे मौखिक लोकसाहित्य परंपरेने चालत आलेले आहे, ते अधिक जिवंत व अर्थपूर्ण आहे. ते प्रेरक नसले तरी उपयुक्त आहे. ते मानवी जीवनाच्या मूलभूत प्रश्नांचे द्योतक नसले, तरी समाजाच्या संवेदनांशी ते अधिक दृढबद्ध आहे. लिंबाळे यांच्या आत्मकथनातील काही लोककथा पहा -

''देवानं माणसाला एक पोट दिलं. माणूस खाऊ-पिऊ लागला. मजा लुटू लागला. काय खावं काय न्हैय इतकं हुतं. खायला लै पर पोट एकच. माणसाची तारांबळ व्हायाची. माणसानं ईच्यार केला. देवानं खायला इतकं मायंदळ दिलंय, पर पोट मातूर एकच? त्यो देवाकडं गेला. देवाला ईनवलं. ''देवबाप्पा, मला एकच पोट दिऊन चूक केलीय. मला तर लैय खायाचंय, पियाचंय. दोन पोटं दिली तर मेहरबानी व्हईल.'' देवानं माणसाची समजूत काल्ढी. ''बाबारे, तू जा. हे एक पोट तरी भर. मग माझ्याकडे ये. म्या जरूर तुला दुसरं पोट देईन.'' (पृ.६)

शरणला लहानपणी त्याच्या आईने सांगितलेली एक कथा पहा - ''एक व्हती महारीण. तिला जायाचं व्हतं बाजाराला. तिनं नट्टापट्टा केला. वेणी-फणी केली. पर खोबऱ्याचं तेल नसल्यानं डोक्याला बळळ लावली. महारीण निघाली बाजाराला वाकडा भांग पाडून. बळळामुळं डोस्क्याला माशा घोंगावत हुत्या. महारीण बाजारहाट करत व्हती. तिच्या डोईवर माशा उडत व्हत्या. सगळे लोक तिच्या डोस्क्याकडं बगत व्हतं. गावच्या पाटलानंबी जाता-जाता तिच्याकडं बघितलं. महारणीला वाटलं, 'पाटील आपल्याकडं बगतुया. आपल्यावर फिदा हाय.' महारीण मनातनं खूष झाली.

"महारीण राती घरला गेली न्हाय. तिनं पाटलाचं घर गाठलं. पाटलिणीनं उरलं-सुरलं मुसरं वाढलं. राती पाटलाच्या वाड्यापुढीच झोपली. तिला वाटत व्हतं राती पाटील यील. आपल्याला उठवील. महारीण झोपी गेली. पाटलाच्या कुत्र्याला तिच्या डोईचा वास आला. कुत्रं हुंगत महारणीजवळ आलं. तिचा बुचडा धरून वढू लागलं. महारणीला वाटलं पाटीलच आलेत. ती झोपीत बडबडू लागली. 'सोडा पाटील, मी त्यासाठी तर आलेय.' (पृ.४५-४६)

"बारामाशी"तही "बगळा", "चिऊ-काऊ" यांच्या लोककथा आल्या आहेत. "चिमणीचं घर मेणाचं, कावळ्याचं घर शेणाचं. स्वाती, तुझं घर कशाचं?" (पृ.६४) असा या लोककथांचा शेवटही होतो. या लोककथा लिंबाळे आत्मकथांतून केवळ वाचकांच्या मनोरंजनासाठी सांगत नाहीत, तर ज्या समाजात ते जगले-वाढले, त्या समाजाचं दर्शन त्यांना या कथांच्या आधारे घडवायचं आहे.

५. काव्यात्मकता

विशेषत: प्रणयाच्या प्रसंगी, प्रेमाची अनुभूती व्यक्त करताना लिंबाळे यांची भाषा काव्यात्मकतेचे सुंदर अस्तर परिधान करते. "अक्करमाशी"पेक्षा "बारामाशी" आणि "राणीमाशी" तील भाषा ही त्यातल्या कल्पना आणि वास्तवामुळे अधिक काव्यमय होते.

"अक्करमाशी"त शेवंतावरील प्रेमभावना व्यक्त करताना - "पाण्यावर लाटा-लाटा आल्या. मनात वाटा-वाटा झाल्या. लाजेला भीतीचा काटा आला. म्या शेवंताच्या अंगावर पाणी उडवलं. फुलं उधळावं तसं तिच्या तोंडावर, केसांवर, अंगावर. शेवंतानं आपल्या अंगावर पाणी उडवावं. आमी इंद्रधनुष्याच्या आड व्हावं.

"तिच्या केसांतनं निघणारा पाण्याचा थेंब मोत्यावानी गालावरून ढळत हुता. तिचे डोळे नदीच्या पाण्याहूनबी निर्मळ वाटत हुते. तिचे व्हट ओंजळीत घेऊन पाण्यावानी प्यावं वाटत हुतं." (पृ.२२) अशी लिंबाळे यांची भाषा काव्यमय बनते.

"बारामाशी" त तर शेवटच्या काही प्रेमकथाच आहेत. त्यामुळे काव्यात्मकतेच्या दृष्टीने पुढील काही विधाने मुळातच पाहण्यासारखी आहेत. पहा - नजरेत काय असतं हे सांगण्यासाठी ओठांची काय गरज? साता

समुद्रांपलीकडच्या गोष्टीसारखी तिची नजर, वेळूचे बेट डोळ्यांत गोंदून उजाडलेल्या आठवणी स्वातीच्या कुंतलात माळताना, सूर्यदेखील पापणी मिटतो, अस्ताला चंद्र लगडतो फळासारखा. चांदण्यांचा पाऊस स्पर्शभर होताना स्वाती ओठाच्या क्षितिजाआड होते. भरून आलेल्या ढगासारखे तिचे डोळे डोळ्यांआड झाले, आमचं बोलणं चैतन्याचं चांदणं. आयुष्यातल्या प्रत्येक मोकळ्या जागी मेधाच्या आठवणी 'तुळस' लावाव्यात तशा लावल्या होत्या. माझ्या मनाचं रितेपण तिच्या पाऊलखुणांसाठी कितीतरी सजून बसायचं. नजरेत समुद्र गर्दी करतो अन् त्यावर कमळफुलाची साय धरते, मौनही किती सुंदर असतं वेरुळाच्या भव्य शिल्पासारखं. माझे ओठ थरथरतात, मेंदीच्या पानांसारखे. त्या जखमा फुलताना मनात सुगंध दरवळायचा. चिमटे फुलं व्हायाची, मेधा माझ्या जीवनातील एक मोरपंख आहे. मेधा चित्र व्हायची. मी तिच्या चित्रात श्रीरंग व्हायचो, धुव्वांधार कोसळणाऱ्या पावसात भिजलेलं पक्ष्याचं जोडपं अगदी मिटल्या पानासारखं. मनभर डहाळ्या डोलू लागतात. माझा आत्मा वसंत होतो, निलू येते फुलासारखी. आम्ही बागडतो बागभर. तिच्या अंगाच्या सुगंधानं मोहरतो. फुलतो. तिचा स्पर्श शरीरभर स्वर्ग रचतो. रत्ना माझ्या आयुष्यात फुलासारखी आली. नव्या पाण्यासारखे तिचे डोळे ओल्या मातीगत तिचे ओठ. टपोऱ्या दवागत तिचे दात. फेसाळत धावणाऱ्या पाण्यासारखा तिचा स्वभाव. पहाऱ्यात होणाऱ्या अपुऱ्या भेटी. ओसरणाऱ्या नदीसारख्या. रत्ना मन भरून पाहायची. निर्मळ झऱ्यासारखी. रत्ना राधेगत निघून जायची. मी तसाच किनाऱ्यावर. डोळ्यात यमुनेचा डोह जमा व्हायचा. तिचे फुलासारखे गाल तळहातावर पेलताना अंगभर पाऊस ढासळू लागतो. ओलंचिंब मन नजरेत येतं. डोळे गहिवरतात. डोळ्यांतून ती शरीरभर उतरू लागते. तिची पावलं रुजू लागतात नसानसांत. सुजाता, एक पूर्ण उमललेलं नेत्र. खिडक्या मिटत जातात लाजाळूच्या पानागत. ती खिडकी म्हणजे माझ्या प्रियेचा डोळा, कळीच्या कळा फूल होतानाच्या, तुझा गळा सूर होतानाच्या. माझा डोळा तुझ्या रूपाचा सोहळा होतानाच्या. मी मशिदीच्या भिंती ओठावर पेलतो. चंद्रकोर आणि चांदणीच्या सावलीत मी नसरीनची आठवण काढतो, तिच्या चेहऱ्यावरील निरागस भाव तुळसीच्या गर्द पानासारखा टंच दिसायचा. तिच्या नजरेत गाभाऱ्यातील धीरगंभीर शांतता दिसायची.

तिच्या सहवासात वेळ दवागत उडून जायचा, न्हालेल्या बाईच्या मोकळ्या केसांगत हे हसणं मोकळं असायचं. भरून आलेल्या ढगासारखे तिचे डोळे डोळ्याआड झाले. (''बारामाशी'' पृ. ४४, ५८, ६१, ६९, ७२, ७२, ७३, ७४, ७९, ८६, ९०, ९३, ९३, ९५, ९७, ६८, ६९)

'' राणीमाशी''ला देखील काव्यात्मकतेची सुंदर झालर लाभलेली आहे. उदा., ती येते कधी फुलांची ओंजळ होऊन, कधी दिव्यांची रांग होऊन, नदीत वाहणारी कागदी नाव होऊन, तिच्या स्वप्नातलं बोलणं दिवसालाही दान देऊन जातं. (''राणीमाशी''पृ. १७,२१) लिंबाळे यांची ही व अशी काही विधाने कवितेच्या ओळींसारखी एकाखाली एक लिहून काढली, तर त्यांना आपोआपच मुक्तछंदात्मक कवितेचे रूप प्राप्त झाल्यावाचून राहणार नाही. लिंबाळे यांच्या साऱ्याच आत्मकथनांतून जसे त्यांच्या सुंदर गद्यशैलीचे नमुने पहावयास मिळतात, त्याहून अधिक काव्यात्मकतेचे प्रत्यंतर येते.

६. कविता

मुख्यत: ''राणीमाशी''तच लेखकाने जागोजागी कविता देऊन त्यांतून नेमकेपणा सांगण्याचा प्रयत्न केलेला आहे. प्रेमविषयक भावना कवितेतून व्यक्त करताना लिंबाळे म्हणतात -

''सूर्य उगवला तरीही
दिवसाला पूर्णत्व येत नाही-
तुला पाहिल्याशिवाय
चंद्र उगवला तरीही
रात्रीला पूर्णत्व येत नाही
तुझ्या स्वप्नाशिवाय.'' (पृ.५८)

तर प्रेमभंगानंतरची अवस्था चित्रित करताना कवितेच्या ओळी,

''अशी वादळं येती एकामागून एक
झाडानं किती सावरावं
मातीच थरारली आता
आभाळानं किती आवरावं.'' (पृ.७४) अशा एकामागून एक येताना दिसतात.

७. चिंतनशीलता

शरणकुमार काव्यमय लेखन करतात; पण त्यासोबतच त्यातून त्यांची चिंतनशीलताही प्रकट होते.

अस्पृश्यतेची सल आणि त्यातून येणारे मुक्त चिंतन पुढील काही विधानांतून पहावयास मिळते. उदा. - ''गावकऱ्याच्या म्हशी भादरणाऱ्या वारकाराला माझ्या डोईचा ईटाळ कसा व्हत हुता?'', ''माणूस धर्म अडवतो का धर्म माणसाला? धर्माचा परिघ मोठा की माणसाचा? माणूस धर्मासाठी का धर्म माणसासाठी? माणूस धर्म नसतो का धर्म माणूस? धर्म, जात टाकून माणूस जगू शकत न्हाय का?'' भाकरी आणि भूक यांविषयीचे लिंबाळे यांचे चिंतन पुढील विधानांतून कसे प्रकट होते पहा - ''भाकर माणसाएवढी. भाकर आभाळाएवढी. भाकर सूर्याएवढी प्रखर. भूक माणसापेक्षाही मोठी. भूक सातपाताळापेक्षाही दांडगी. माणूस भाकरीएवढा. भुकेएवढा. पोट माणसापेक्षाही दांडगं. एक पोट म्हंजी पृथ्वी. पोट असतं इतभर, पर सारं जग गिळून ढेकरं दिलं.'', तसेच ''माणूस जन्मतःच जात कसा घेऊन जन्मतो? जन्मतःच तो शूद्र कसा असतो? जन्मतःच तो गुन्हेगार कसा असतो? इथल्या ब्रह्मयाने आपल्या पायातून एका विराट अशा शूद्र समाजाला जन्माला घातलं आहे. त्या समाजानं शूद्र जीवन जगलं आहे. पोटासाठी कोणी चोरी केली, कोणी जोगवा मागितला, तर कोणी मेलेली जनावरं ओढली. हजारो वर्षांपासून ज्यांची भाकर छिनून घेतलीत, त्यांनी एकवेळच्या भाकरीसाठी चोरी केली तर त्यांचा गुन्हा काय? त्यांचं पोट भरत असतं तर, का केल्या असत्या चोऱ्या त्यांनी? का सोसला असता क्रूर पोलिसांचा छळ?'' जीवनात वाट्याला येणाऱ्या महाकाय संकटातून मुक्त होण्याचा मार्ग शोधताना, ''निदान बहीण-भावाचं नातं नसतं, तर जवानी जाळणाऱ्या एका बहिणीशी लगीन केलं असतं. तिचा संसार सुखाचा केला असता.'' या विचारातून अगतिक-असहाय अशा शरणच्या मनातील विचित्र द्वंद्वावस्था जगरहाटीच्या विरोधात बंड करू पाहते. (''अक्करमाशी'' - पृ.१९, ३३,४१, ६७-६८, ५३)

''परस्परसंबंध म्हणजे तरी काय? भावना अधिक व्यवहार. व्यवहाराला अंत असतो. भावना अमर असते.'', ''विरहाचं आणि आठवणींचं अतूट नातं असतं. आठवणी म्हणजे मनाच्या सावल्या. मनाची सावली आभाळापेक्षाही

दांडगी असते.'' (''बारामाशी'' - पृ. ६४,६४)

''माणूस वरून हसत असतो.
पण आत कुठेतरी जळत असतो.
हे जळणं खूप भयानक असतं.''

तसेच ''मैत्री ही मनामनाची होते. संबंध हे शरीराशरीराचे असतात. शरीर खूप गौण आहे आणि ''मिलन म्हणजे मैत्रीचं शरीरात झालेलं दफन. जिथं मैत्री संपते न् शरीरसंबंध सुरू होतात.'' (''राणीमाशी'', पृ. ११०,४१,४२) यांसारख्या ''बारामाशी''व ''राणीमाशी''तल्या कितीतरी विधानांतूनही लिंबाळे यांची चिंतनशीलताच प्रकट होते.

८. भाषा-मांडणीतील स्वातंत्र्य

काव्यात्मकता, चिंतनशीलता यांसोबतच लिंबाळे यांच्या लेखनातील भाषेचा मोडतोडपणाही तितकाच नजरेत भरणारा आहे. उदा., ''मी चक्क फ्युजगत उडालो होतो.'', ''प्रत्येकाचा पाय पोटाच्या परिघात पडणारा. पोट म्हणजे कर्तृत्वाचा उंबरठा. या पोटाला अनेक पोटांच्या लक्ष्मणरेषा'', ''आमच्या गावची पोरं माझ्याकडं गिधाडावानी बघत व्हती. वर्गात एक प्रचंड वादळ संपल्यानंतरची स्मशानशांतता पसरली. म्या माझ्या मनातल्या वादळात हेलकावत हुतो तुटलेल्या पतंगावानी.'', ''म्या साली टाकल्या, पोट टाकलं, भूक टाकली. अकाली गर्भपातावानी.'', ''म्या शेवंताकडं बगत राहायाचा, अपघात बघितल्यावानी.'' ''कवा कवा मोटारी रिकाम्या येयाच्या, रिकाम्या जायाच्या. वांझेच्या गर्भागत.'' ''अक्करमाशी'' (पृ. ८५, ८८, ३९,१८,२१,३४)

''बारामाशी''तही असाच भाषेचा हा मोडतोडपणा जाणवतो. ''शाळेत कधीतरी शिकलं होतं - 'तोंडावर पांघरूण घेऊन झोपू नये', शाळेतली वांगी शाळेत. शाळेतल्या शेंगा शाळेत. सकाळी अनाऊनसरनं श्रोत्यांवर तुकाराम, ज्ञानेश्वर, एकनाथ सोडावा, त्याप्रमाणं कुसुमनं आमची पलटन आमच्यावर सोडून दिली. आमच्या छोट्याचं पसायदान सुरू झालं तसा स्टोव्हचा लहान आवाज, लहान मुलांचं मंजुळ रडणं, पत्नीची लाडिक भूपाळी.'', ''नंबर दोनचा पैसा दान द्यावा, तसा मी व्याख्यानासाठी होकार दिला होता, आज माझ्या काळजात काटेच काटे विखुरलेत. फुलांची आत्महत्या आणि सुगंधाची भीषण होरपळ'', ''मी मोकळा झालो उरावर पहाड घेऊन'', ''माझ्या डोळ्यांत

पाणी पेटलं. भूमीच्या गर्भात काळोख खळाळला. मी गणावर कोसळलो.'', ''अर्धांगवायू झाल्यागत वस्तीचा चेहरा'', ''या खिडक्या खलनायकाच्या डोळ्यांगत भासताहेत'', ''अंगणात दचकणारी तुळस... काळजातून ठिबकणारी वेदना डोळ्यांत जमा होते. डोळ्यांत रक्ताची भयानक होळी पेटते.'', ''तुझ्या प्रदेशात आगीचा पाऊस पडतोय. परमेश्वरानं आत्महत्या केली असेल?'', ''मीराचे अश्रू पोलिसाच्या बुटाखाली फुलासारखे चिरडले जात आहेत.'' (''बारामाशी'' पृ.२३, ५६,३८,८८,९२,९४,९७, ९८,९९) लिंबाळे यांच्या यांसारख्या कितीतरी विधानातून नेमाडेशैली डोकावत असली, तरी ही शैली मुळात दलितांची बोली आहे. आणि त्या बोलीनेच स्वीकारलेले हे शिक्षण संस्कारित रूप आहे, हेही येथे विसरता येणार नाही. कारण दलित भाषेतला हा मोकळेपणा स्वयंपूर्ण आहे.

९. आक्रमकता

लिंबाळे यांची भाषा प्रेमात जशी हळुवार व काव्यमय बनते, तशीच ती टीकेच्या वेळी आक्रमकतेचे रूप धारण करते. उदा., ''ज्यांना मतपत्रिका वाचता येत नाही ती कसली शासनकर्ती जमात? किती चहा पिलेल्या मतपत्रिका शिलबंद होते आहे ही मतपेटी? कुठल्या सत्तेसाठी, कुठल्या परिवर्तनासाठी? (''अक्करमाशी'' पृ.७८-७९)

''राणीमाशी'' त देखील ही आक्रमकता आढळून येते. उदा., ''मी लिहितो तेव्हा पाण्यालाही आग लागते. मी बोलतो तेव्हा देशाची संसदही मुकी होते. मी लिहितो तेव्हा अश्रूंची ओवी होते.'' (पृ.३५)

१०. नव्या शब्दांची भर

मराठीला अपरिचित असे नवीन शब्द दलित साहित्याने दिलेले आहेत. उदा., ''उरवुंड'' (वशिंड), ''बळळ'' (चरबी), ''कोपिस'' (स्वादुपिंड), ''पारकंड'' (जठर), ''डिल्ल'' (हृदय, फुप्फुस), काळीज, बोका, आतड्या, भेजा, खूर, ठोणा, मासकंड, चाण्या, सागूती, डल्ल्या, पड (मेलेलं जनावर) असे काही शब्द हे मेलेल्या/कापलेल्या जनावराच्या निमित्ताने खास महारी बोलीत येतात. (''अक्करमाशी'' पृ.२०, ४६)

शरणचे मानलेले आजोबा (दादा) महामूद जमादार दस्तगीर हे मुसलमान असल्याने आणि शरण त्यांच्या सहवासात बराच काळ राहिल्याने साहजिकच

मुसलमानी शब्दांचाही वापर लिंबाळे यांच्या आत्मकथनांत होताना दिसतो. उदा., डोला, देवतांची नावे हैद्रीखाजा, बंदेनवाज, हाजिमलंग, लगीनशा, अल्ला, बिस्मीला, मौला, रमजानचा ईद, मस्जिद, नमाज, शूरखूर्मा (''अक्करमाशी''   पृ. २७,९४) हड्डी मत डालो, मुल्लाची अजान, ईदचा चांद (''बारामाशी'' पृ.२८,९६) यांसारख्या शब्दप्रयोगांमुळे व्यक्तिचित्ररेखाटन स्वाभाविक बनले आहे.

तसेच लिंबाळे महाराष्ट्र-कर्नाटकाच्या सीमाभागात वावरल्याने त्यांच्या लेखनात काही कानडी शब्ददेखील येतात. उदा., ग्वलं, ईसकी (किळस), हेसकी (वास येणे), गुंडगे (पाण्यासाठी जमिनीत खणलेले लहान लहान खड्डे), माळवद (इमारत, इमला), चाकरी (नोकरी), ईड (मदत), हिबाळणे (भिरकावणे) (''अक्करमाशी'' पृ.१५,१६,२४)

वरील प्रकारचे असे काही नवीन शब्द मराठी साहित्यात भर घालणारे तर आहेतच; शिवाय यामुळे भाषाशास्त्राला फार मोठी मदत झाली आहे. म्हणूनच अजय रामटेके म्हणतात, ''अक्करमाशी हा भाषाशास्त्राला मदत करणारा एक ग्रंथ आहे. दलित साहित्यातील भाषाशास्त्राचा विचार करताना अलंकार, उपमा यांनी पुस्तक सजविलेलं आहे.'' ८ ''अक्करमाशी''तील भाषा ही बोलीभाषा व प्रमाणभाषा या दोहोंचेही मिश्रण आहे. काहीजणांना यातली भाषा ही फक्त बोलीभाषाच असायला हवी होती, असे वाटते. याविषयी लिंबाळे म्हणतात - ''अक्करमाशी''तील भाषा प्रमाणभाषा असती तर मला माझे अनुभवविश्व शब्दांत मांडण्यासाठी अपुरी वाटली. त्याचप्रमाणे बोलीभाषादेखील तोकडी ठरते. कोणाला अक्करमाशी हे फक्त बोलीभाषेत लिहायला हवे असे वाटते. या पुस्तकात बोलीभाषा आहे, प्रमाणभाषा आहे, काव्यभाषाही आहे. दलित साहित्यामुळे प्रमाणभाषेला काही नवीन शब्द मिळतील, अशी माझी धारणा आहे.'' ९ त्यांची ही अपेक्षा सार्थच म्हणावी लागेल.

अशा प्रकारे विविध रूपे धारण करणारी लिंबाळे यांची भाषाशैली असल्याने मराठीत तिचे महत्त्व अनन्य साधारण आहे. ही भाषा एका विशिष्ट साच्यात बंदिस्त राहत नाही, तर तिला वैविध्यतेचे आयाम प्राप्त होतात. आणि म्हणूनच विंदा. करंदीकर म्हणतात, ''तुम्ही जे भोगले व तुम्हाला जे

भावले, ते तुम्ही समर्थपणे टिपले आहे. बोलीभाषा व संस्कारी भाषा यांचे अक्करमाशी मिश्रण आणि गद्यवृत्ती व काव्यवृत्तीतील वेळोवेळी झालेला संकर हा आपल्या अनुभवाच्या अभिव्यक्तीला पूरक ठरलेला आढळला.'' १०

समारोप

दलित आत्मकथनांमध्ये शरणकुमार लिंबाळे यांचे जसे वेगळेपण जाणवते, तसे ते लेखनशैलीच्या बाबतीतदेखील जाणवते. त्यांच्या आत्मकथनांची लेखनशैली ही बहुमिश्रित स्वरूपाची आहे. ते लेखनातला कुठलातरी एकच फॉर्म वापरतात असे नाही, तर प्रसंगाच्या ओघाने तिला एक वेगळाच आयाम प्राप्त होतो.

''अक्करमाशी'', ''बारामाशी''व ''राणीमाशी'' या तिन्ही आत्मकथनांतील भाषा हळूहळू बदलत गेली आहे. त्यामुळेच त्यांत निरनिराळे फरक जाणवतात. लिंबाळे जसे सहजपणे बोलीभाषेतून आपले अनुभव व्यक्त करतात, तेवढ्याच सुलभपणे ते प्रमाणभाषेतून कथन करतात. महाराष्ट्र-कर्नाटकासारख्या सीमाभागात लेखकाचे बालपण गेल्याने, कानडी भाषेतील काही शब्द त्यांच्या लेखनात येतात. महामूद जमादार (दादा) या पितृतुल्य मुसलमान व्यक्तीच्या सहवासात राहिल्याने काही मुसलमानी शब्दांचाही वापर होतो. शिवाय लेखकाचा जन्म ज्या जातीत झाला, ज्या परिसरात ते वाढले, अशा काही खास ''महारकबोली''तील शब्दांचाही ते आपल्या लेखनात वापर करतात. त्यामुळे आपोआपच अपरिचित अशा कितीतरी नव्या शब्दांची भर मराठी भाषेत पडते.

प्रेमाच्या, प्रणयाच्या प्रसंगी मात्र लिंबाळे यांची भाषा प्रौढ बनते, काव्यमयतेचे रूप धारण करते. प्रतिमा-प्रतीकांचाही ते तितक्याच कौशल्याने वापर करतात. शिवाय विशेषत: बहिष्कृत जगातच परिचित असणाऱ्या पुराणकथा, लोककथांचाही त्यांच्या लेखनात वापर होतो. काही ठिकाणी मात्र भाषेतील लेखकाचे स्वातंत्र्य जाणवते, तर काही ठिकाणी त्यांची भाषा आक्रमकतेचे रूप धारण करते.

■■■

संदर्भसूची

१. पवार (प्रा. डॉ.) गो. मा, मुलाखत. ''दलित साहित्य : प्रवाह आणि प्रतिक्रिया'', (संपादक) गो.म. कुलकर्णी
प्रतिमा प्रकाशन, पुणे ३०, प्र. आ. १३/१/१९८६, पृ.१६०
२. जोशी (प्रा.) रा. भि, मुलाखत, उनि, पृ.११४-११५
३. कांबळे (प्रा.) अरुण, मुलाखत, उनि, पृ.८२
४. सुर्वे नारायण,मुलाखत, उनि, पृ.९२
५. पवार दया, ''कैफियत'', बलुतं : एक वादळ, रोहन प्रकाशन, मुंबई-६४ प्र. आ. नोव्हें. १९८७, पृ.३३
६. कोतापल्ले (डॉ.) नागनाथ, ''ग्रामीण साहित्य : स्वरूप आणि शोध'', मेहता पब्लिशिंग, पुणे. १९८५ पृ.५९
७. जाधव (प्रा.) रा. ग, ''दलित आत्मकथेतील समृद्ध भाषेचा आत्मप्रत्यय'', अस्मितादर्श, दि.अं. १९८३, पृ.१४४
८. रामटेके अजय, ''अक्करमाशी'' : नवयुगाची तुतारी,दलित रंगभूमी, मार्च १९८६, पृ.६
९. लिंबाळे शरणकुमार,''बखर एका अक्करमाशाची'', अबकडई दि.अं. १९८६ पृ.१५२
१०. करंदीकर विंदा (लिंबाळेंना पत्र) उनि., अबकडई दि.अं. १९८६, पृ.१५२.

■ ■ ■

६. उपसंहार

शरणकुमार लिंबाळे यांच्या आत्मकथनपर लेखनाचा अभ्यास करताना पहिल्या प्रकरणात "चरित्र आणि आत्मचरित्र" या वाङ्मयप्रकाराचा विचार करून "दलित आत्मकथना"चे वेगळेपण स्पष्ट करण्याचा प्रयत्न केलेला आहे. "चरित्र" हे एका व्यक्तीने दुसऱ्या व्यक्तीचे लिहिलेले असते. पण ते कुणाकडूनही, कितीही वेळा लिहिले जाऊ शकते आणि त्याचे स्वरूप आदर्शात्मक असते. चरित्रव्यक्ती ज्यांना जशी भावली, तशी त्यांनी ती चित्रित करण्याचा प्रयत्न केलेला असतो. "आत्मचरित्र" मात्र एकदाच आणि तेही स्वत:च आयुष्याच्या मावळतीला लिहिलेले दिसते. सर्वसामान्यांपासून ते मान्यवरांपर्यंत आत्मचरित्र कुणीही लिहू शकतो. तसे प्रत्येकाच्या जीवनात काहीतरी सांगण्यासारखे असतेच. आत्मचरित्रकार हा आपल्या आयुष्यातील ठळक अशा घटना घेऊन लेखन करतो. त्यामुळे "सत्य" हा आत्मचरित्राचा केंद्रबिंदू मानला जातो.

दलितांना आपले अनुभव व्यक्त करण्यास कविता हा वाङ्मयप्रकार कमी पडू लागला. कवितेपेक्षा गद्यलेखनातून आपले अनुभव सविस्तरपणे मांडणे त्यांना सोईस्कर वाटू लागले आणि आत्मकथन ह्या लेखनप्रकाराला सुरुवात झाली. सुरुवातीला ह्या लेखनप्रकारात दलित आत्मचरित्र, आत्मकथा, आत्मनिवेदन, आत्मस्मृती, आत्मकहाणी, आत्मकथन आणि अलीकडे दलित स्वकथन या नावांनी ओळखले जाते आहे. वास्तविक "आत्मकथन" आणि "स्वकथन" या शब्दांचे अर्थ सारख्याच स्वरूपाचे आहेत. पण "आत्मकथन" हा शब्दच येथे अधिक सयुक्तिक वाटतो. कारण "स्व"मध्ये असणाऱ्या

फक्त ''मी''पेक्षा, ''आत्म'' मध्ये येणाऱ्या आत्मकथांचाही विचार तितकाच अनन्यसाधारण असतो. येथे केवळ ''मी'' नाही, तर ''मी'' आणि माझ्या सहवासातले, भोवतालचे, परिचयाचेही लाखमोलाचे आहेत. त्यांच्यामुळेच ''मी''घडत असतो.

दलित आत्मकथनांच्या स्वरूप-वैशिष्ट्यांचा विचार करता अस्पृश्यता, भूक आणि दारिद्र्य ही त्यातील समानसूत्रे असून त्यांतील नायक हा नाममात्र असतो आणि खरा नायक समाजच असल्याचे दिसून येते. कारण तो स्वत:पेक्षा समाजाविषयीच अधिक बोलत, सांगत असतो.

दलित आत्मकथनांचा परिचय करून देताना अभ्यासाच्या सोयीसाठी जातीच्या गटवारीनुसार त्यांचे वर्गीकरण केलेले आहे. ''आठवणींचे पक्षी'' हे ऐतिहासिक दस्तऐवज म्हणून मोलाचे वाटते. बव्हंशी आत्मकथनांतून आपल्या जातीविषयी, समाजाविषयी लिहिताना तोचतोचपणा येतो. पण ''जातीला जात वैरी'' हे ना. म. शिंदे यांचं एक वेगळं आत्मकथन म्हणून जाणवतं. कारण अस्पृश्यांपैकी महार-मांग-चांभार-ढोर या उपजातींतला भेदभाव, अस्पृश्यांतील अस्पृश्यता कशी पाळली जाते, याचं चित्रण त्यांनी केलेलं आहे.

दलित स्त्रियांच्या आत्मकथनांत ''माझ्या जल्माची चित्तरकथा'' (शांताबाई कांबळे), ''जिणं आमुचं'' (बेबी कांबळे), ''अंत:स्फोट (कुमुद पावडे), ''मिटलेली कवाडे'' (मुक्ता सर्वगोड) या आत्मकथनांतून ''दलित स्त्री'' म्हणून जे दु:ख त्यांनी भोगले, त्याचे दर्शन त्या घडवतात. आत्मचिंतन, आत्मशोध या गोष्टींच्या फंदात त्या फारशा पडत नाहीत. शिक्षणाबद्दलची नितान्त ओढ, शिक्षण पूर्ण व्हावे यासाठी धडपड करीत असताना दलित स्त्री म्हणून तिच्याकडे बघण्याची जी समाजाची एक दृष्टी आहे, या साऱ्यांचे स्वाभाविक चित्रण या आत्मकथनांतून घडते. दलित साहित्य म्हणजे शिव्या, अर्वाच्य भाषा, अश्लीलता; यामुळे ते वाचवत नाही, अशी जी ओरड आहे, तीविरुद्ध या स्त्री-आत्मकथनांनी (''मला उद्ध्वस्त व्हायचंय'' चा अपवाद वगळता) एक वेगळा आदर्श निर्माण केलेला आहे. साध्या, सोप्या, सरळ नि आकर्षक भाषेमुळे ही आत्मकथने वाचनीय झाली आहेत. त्यांत केवळ आक्रस्ताळेपणा नाही, निराशेचा सूरही नाही; तर वास्तव प्रांजळपणाने मांडण्याचा

प्रयत्न आहे.

दलित आत्मकथा ह्या त्या त्या विशिष्ट जातीचा झेंडा मिरवतात. परंतु लिंबाळे यांना कुठलीच जात नाही. त्यांचा जन्मच मुळात अनैतिक संबंधातून झालेला आहे. त्यामुळे अस्पृश्य आणि सवर्ण या दोहोंकडून ते ''अक्करमाशी''म्हणून हेटाळले गेले आहेत.

''अक्करमाशी : एक आकलन'' या दुसऱ्या प्रकरणातील ''अक्करमाशी'' हे आत्मकथन इतर दलित आत्मकथनांहून वेगळे वाटते. कारण इतर दलित आत्मकथनांत दैन्य-दारिद्र्य, अस्पृश्यता इ. दुःखाचे चित्रण आहे, तर ''अक्करमाशी''त याहून वेगळे दुःख आहे ते अक्करमाशीपणाचे!

एकाच जातीतल्या दोन व्यक्ती (हणमंता लिंबाळे, यशवंतराव सि. पाटील); परंतु त्यांच्या स्वभावधर्मात फरक आहे. अनैतिक संबंधातून जन्माला आलेल्या मुलाचं पितृत्व एकजण नाकारतो तर दुसरा स्वीकारतो. त्यांची ''हिंदू-लिंगायत'' ही जात कागदोपत्री लावतो. एकाचा दृष्टिकोन फक्त भोगवादाचा आहे, तर भोगवादी वृत्तीतून होणाऱ्या अपत्यांच्या पालनपोषणाची जबाबदारी आपलीच आहे, असे मानणारा दुसरा आहे.

''अक्करमाशी''तून सामाजिक जाणीव व्यक्त होते. ''अक्करमाशी''ही तितकीच अस्पृश्यकथाही आहे. कारण यातील आजी, आई यांचं जीवन महारवाड्यातील असल्यानं तेथील व्यथा, वेदना, दुःखाशी करावा लागलेला सामना हा इतर दलितांसारखाच आहे. या स्त्रियांचा जीवनविषयक दृष्टिकोन म्हणजे आपण काहीतरी जगावेगळं करतो आहोत, असं यांना वाटतच नाही. किंवा परंपरेविरुद्ध आपण वागतो आहोत, असं यांना वाटत नाही. उलट, दुसऱ्याची मर्जी सांभाळून जगण्यातच यांना धन्यता वाटते. अशा या आई व आजीविषयी शरण त्यांचा व्यभिचारी, चवचाल स्त्रिया म्हणून उद्धार करतो. तर त्यांचं आज चळवळीत वावरणारं मन म्हणतंय, ''हा व्यभिचार नसून त्या समाजव्यवस्थेच्या बळी ठरलेल्या आहेत.'' अशा दोन्ही पातळ्यांवरून ते त्यांच्याकडे पाहतात.

दलितांना मुसलमान व्यक्तीविषयी नेहमीच आदर, सहानुभूती वाटत आलेली आहे. याचे प्रत्यंतर काही दलित आत्मकथनांतून येते. उदा., ''बलुतं'' मधून डोकावणारी सलमा, ''गावकी''कार रुस्तम अचलखांब यांचं ''रुस्तम''

हे नाव मुसलमान पीरावरून ठेवलं गेलं, असं ते स्वत: सांगतात. तसेच प्र.ई.सोनकांबळे यांच्या वडिलांचं 'ईसनाक' हे नावदेखील याचंच द्योतक. तद्वतच लिंबाळे यांच्या तिन्ही आत्मकथनांतून मुसलमान व्यक्तींविषयीचे संदर्भ येतात. ''अक्करमाशी''तला महामूद जमादार दस्तगीर (दादा), ''बारामाशी'' तली नसरीन, तर ''राणीमाशी''त कुसुमला आपल्या मुलीचं नाव बेनझीर ठेवावं, असं वाटतं.

''बारामाशी : एक आकलन'' या तिसऱ्या प्रकरणात ''बारामाशी'' च्या स्वरूपाचे विश्लेषण करून तिचे मूल्यमापन केले आहे.

स्वातंत्र्यानंतर दलितांची जी पहिली पिढी शिकून नोकरी करू लागली, तेव्हा ती सवर्णांसारखं, मध्यमवर्गीयांसारखं वागण्याचा, सवर्णांमध्ये मिळून-मिसळून राहण्याचा प्रयत्न करू लागली. त्यामुळे नकळतच आपल्या जातींपासून ते आपोआपच बाजूला फेकले गेले. सवर्ण त्यांना सवर्ण मानायला आणि दलित त्यांना आपले मानायला तयार नाहीत. त्यांच्या या त्रिशंकू अवस्थेचं दर्शन लिंबाळे यांनी प्रांजळपणे घडवण्याचा प्रयत्न ''बारामाशी''त केलेला आहे.

सामाजिक प्रश्न, कार्यकर्ता आणि चळवळ या बाबतीत लेखकाची बांधीलकीच (सामीलकी नव्हे) तेवढी शिल्लक असल्याचे दिसते, असे ते स्वत: कबूलही करतात.

''बारामाशी''तल्या १३ ते १७ या निखळ प्रेमकथा आहेत. ''यांतली नायिका ही एकच आहे परंतु तिला वेगवेगळ्या रूपांत प्रकट करण्याचा मी प्रयत्न केलेला आहे.'' असे स्वत: लिंबाळे चर्चेत म्हणतात.

एकूण ''बारामाशी'' ही कलाकृती प्रत्यक्ष घडणाऱ्या घटना आणि काल्पनिक विश्वात तरंगणारे मन यातून साकारत जाते. पण वास्तव आणि कल्पित यांचा तोल मात्र लेखकाने राखला आहे. तसेच वास्तवावर काल्पनिकतेचा पोषाख चढविला म्हणून तिचे महत्त्व वा मूल्य कमी ठरू नये; उलट, त्यांच्या वास्तव आत्मभानाचे कौतुकच वाटते.

''अक्करमाशी'' त शरणचं भरकटलेलं, अपमानित झालेलं, उद्ध्वस्त जीवन आहे, तर ''बारामाशी'' त त्यांची पांढरी कॉलर मानेला चिटकली आहे, जी वरवरून सुख देते पण आतून कुठेतरी त्यांना ती काचते, जखमी

करते.

"अक्करमाशी" पेक्षा "बारामाशी" तील लिंबाळे यांची भाषा ही त्यांतील वेदना आणि कल्पनांमुळे अधिक काव्यमय बनते.

थोडक्यात निष्कर्ष असे :-

१. "बारामाशी" ही एका दलित ब्राह्मणाची कथा आहे.

२. "बारामाशी"ही एक सामाजिक समस्या आहे

३. "बारामाशी" ही दलित कथेपेक्षा प्रेमकथा अधिक आहे.

४. "बारामाशी" ही एक काल्पनिक कादंबरी भासत असली, तरी ती वास्तवाशी प्रामाणिक आहे.

५. "बारामाशी'त लिंबाळे लेखकाचे लेखकराव झाले आहेत.

"राणीमाशी" : एक आकलन" या चौथ्या प्रकरणात "अक्करमाशी" ते "राणीमाशी या लिंबाळे यांच्या लेखनप्रवासाचा मागोवा घेऊन "राणीमाशी"च्या वेगळेपणाचा शोध घेण्याचा प्रयत्न केला आहे. "राणीमाशी'त तीन मनोगतं आहेत. दलित आत्मकथनांमधला लिंबाळे यांचा हा पहिलाच प्रयोग, जो वाचकांना भारावून टाकतो.

"राणीमाशी'त केवळ प्रेम हाच एक चिंतनविषय असल्याने तिला दलित आत्मकथन म्हणता येईल का? असा संभ्रम वाचकमनात निर्माण होतो.

"राणीमाशी"ही काल्पनिक कादंबरी आहे असे स्वत: लिंबाळे सांगत असले, तरी ती काल्पनिक वाटत नाही. कारण स्वत: लेखक "म्हटलं तर हे आत्मलेखन" असं म्हणत असले तरी, "अशी माणसं मला भेटली, ज्यांच्यामुळं ही पानं भरली,"असेही विधान करतात. त्यांच्या या विधानाचा सूक्ष्मतेने विचार केल्यास हे आत्मलेखन आहे, हेच खरं आहे. व्यवहारिक अडचण उद्भवू नये म्हणून कदाचित ही टीप त्यांनी टाकली असावी.

थोडक्यात निष्कर्ष असे :-

१. "राणीमाशी'त तीन मनोगतं आहेत. दलित आत्मकथनलेखनातील हा एक नवा प्रयोग म्हणावा लागेल.

२. "राणीमाशी"ही एक निव्वळ प्रेमकथा आहे. त्यामुळे ती दलित आत्मकथा वाटत नाही.

‘‘दलित आत्मकथा : भाषा व शैली’’ या पाचव्या प्रकरणात दलित साहित्याची भाषा कोणत्या स्वरूपाची आहे? दलितांनी आपले अनुभव बोलीभाषेतूनच का व्यक्त केले? भाषेच्या बाबतीत दलित आत्मकथांनी मराठी साहित्याला काय योगदान दिलं? या प्रश्नांची चर्चा करून, लिंबाळे यांची भाषा कोणत्या स्वरूपाची आहे, त्यांच्या भाषेत होत जाणारी स्थित्यंतरे कोणती, यांचा विचार केलेला आहे.

दलित लेखकांनी आपले अनुभव स्वत:च्या बोलीभाषेतूनच मांडण्याचा प्रयत्न केलेला आहे. कारण ते अधिक स्पष्टपणे सांगता येतात, आणि ते सोपेही जाते.

मराठी साहित्यात दलित साहित्याने भाषेच्या बाबतीत, शब्दभांडार वाढविण्यासाठी मोलाची भर घातली आहे.

लिंबाळे यांची भाषा बहुमिश्रित आहे. ते जसे आपले अनुभव बोलीभाषेतून कथन करतात, तसेच प्रमाणभाषेतूनदेखील सांगतात. म्हणी, वाक्प्रचार, सुभाषितं, वाक्याची मोडतोड (भाषेतील स्वातंत्र्य), सांस्कृतिक प्रतिमा-प्रतीकांचा वापर करतात. तर पुढे पुढे त्यांचे लेखन हे काल्पनिकतेच्या अंगाने लिहिल्याने त्याला कलात्मकतेचे व काव्यात्मकतेचे सुंदर अस्तर लाभलेले आहे.

प्रेमविषयक भावना व्यक्त करताना लिंबाळे यांची भाषा हळुवार बनते. तसेच जीवनाविषयी लिहिताना ती चिंतनाच्या पातळीवरून व्यक्त होते, तर समाजातील बदफैली व्यक्तींविषयी आणि राजकीय पुढाऱ्यांविषयी लिहिताना त्यांची भाषा आक्रमकतेचे रूप धारण करते. एकाच वेळी लिंबाळे आपल्या लेखनातून अशी भाषेची अनेकविध रूपं घेऊन अवतरतात. त्यांचे हे कौशल्य त्यांच्या भाषेविषयीच्या ज्ञानातच पाहायला मिळते.

१. लिंबाळे आपल्या लेखनात बोलीभाषा आणि प्रमाणभाषा यांचा सुरेख वापर करून घेतात.

२. लिंबाळे आपल्या लेखनात म्हणी, वाक्प्रचार, पुराण-प्रतिमा-प्रतीकांचा वापर करतात.

३. लिंबाळे यांची भाषा बहुमिश्रित आहे.

४. लिंबाळे आपल्या लेखनात चिंतन आणि काव्यात्मक कविता यांतून आपल्या भावनांना नेमकेपणाने साकार करतात.

परिशिष्ट

मराठी दलित आत्मकथनाच्या क्षेत्रात आपल्या नावाचा, स्वभावाचा आणि व्यक्तिमत्त्वाचा एक आगळावेगळा ठसा उमटविणारे शरणकुमार लिंबाळे यांच्या तीन आत्मकथनांचा अभ्यास येथवर केला आहे. एका रात्रीत सुमारे १२५ पानांचे लेखन करणाऱ्या लिंबाळे यांनी आतापर्यंत सुमारे २८ पुस्तकांचं (१० पुस्तके, ८ संपादने) लेखन आणि संपादन केलेले आहे. यांपैकी त्यांची ''अक्करमाशी'', ''बारामाशी''आणि ''राणीमाशी'' ही क्रमशः प्रकाशित झालेली आत्मकथने. या तिन्हींतून लिंबाळे यांच्या व्यक्तिमत्त्वाचे अनेक पैलू सहजपणे आविष्कृत होत गेलेले आहेत. बालपण आणि तरुणपण या दोन्ही अवस्थांत त्यांची झालेली अवहेलना, उपहास आणि विटंबना यांचं स्वच्छ प्रतिबिंब या आत्मकथनांतून उमटलेलं आहे. आयुष्यभर दाहक अनुभव वाट्याला येऊनही ते जीवनाकडे तितक्याच सहजतेने पाहतात. कधी त्यांचं मन उद्विग्नतेतून बंडही करतं, पण ते तात्कालिक असतं. कारण वाट्याला आलेलं जीवन हे असंच आहे, ते तसंच भोगायचं आहे, त्याला सामोरं जायचं आहे, ही भूमिका त्यांनी स्वीकारलेली दिसते.

शरणकुमार लिंबाळे यांच्या साहित्याचे संशोधन व्हावे, इतके विपुल लेखन त्यांनी केलेले आहे. ते आजही तितक्याच सातत्याने आणि अविरतपणे चालू आहे.

आकाशवाणी-सोलापूर सोडून शरणकुमार लिंबाळे यांनी नासिकच्या ''यशवंतराव चव्हाण मुक्त विद्यापीठा''त नोकरी स्वीकारली आहे. त्यामुळे ''राणीमाशी''सारखे रोमांचकारी अनुभव सध्या थांबलेले आहेत. पण ते आता पूर्णपणे थांबतीलच, याची खात्री कुणी द्यावी? कारण आता एक नवीन आणि आगळं वेगळं विश्व त्यांच्यासमोर उभं ठाकलं आहे.

■■■

१. शरणकुमार लिंबाळे यांची मुलाखत

प्रश्न : दलित आत्मकथनांविषयी आपणास काय वाटते?

शरणकुमार लिंबाळे : दलित आत्मकथने केवळ एका व्यक्तीची आत्मचरित्रे नाहीत. ती एका समाजाची ऐतिहासिक दस्तऐवज आहेत. या आत्मकथनांतून लेखक आणि लेखकाचा समाज व्यक्त होताना दिसतो. कुटुंबाबरोबर गावाचंही चित्रण यात जसं येतं, तसं एका कालखंडाचं चित्रण यात येतं. चालीरीती, रूढी परंपरांबरोबर सामाजिक शोषण, अन्याय-अत्याचाराच्या घटना यात येतात. दलित समाजाची भाषा आणि या समाजाचं सांस्कृतिक जगणं यात येतं. त्यामुळे दलित आत्मकथनांना माझ्या दृष्टीने खूप महत्त्व द्यावे लागेल. याशिवाय एका अक्षरशत्रू समाजातील लेखकांची प्रांजळ कबुली देणारी ही आत्मकथने आहेत. यात सामाजिक प्रश्नं मांडलेले आहेत. त्यामुळे एका वाङ्मयप्रकाराबरोबरच सामाजिक समस्या मांडणारी पुस्तके म्हणून मला ती महत्त्वाची वाटतात.

प्रश्न : ''अक्करमाशी'' इतकी इतर आत्मचरित्रे चर्चित झालेली नाहीत; याचं कारण काय असावं?

शरणकुमार लिंबाळे : अक्करमाशीमधील "एकदम वेगळे अनुभव" हे या पुस्तकाच्या चर्चेचे कारण आहे. वाचकांना अक्करमाशीने झपाटून टाकले; पण ''बारामाशी-राणीमाशी'' ने नाही; कारण ''बारामाशी-राणीमाशी'' मधला अनुभव एकदम वेगळा नाही. लेखकाच्या सर्वच कलाकृती चर्चित ठरत नसतात. एखादीच कलाकृती चांगली उतरत असते, हेही लक्षात घेतले पाहिजे. दुसरे म्हणजे ''अक्करमाशी'' मधले परखड सत्य इतरत्र भेटत नाही.

काल्पनिकपणा जास्त वाटू लागतो. भूतकाळाविषयी धीटपणे लिहिता येते; पण चालू वर्तमानकाळाविषयी "इतके धीट" होता येत नाही. काही काल्पनिकपणा जाणूनबुजून आणावा लागतो. पण ही काल्पनिकता आत्मचरित्राचं रूप बदलणारी असते, आत्मा नव्हे. खोट्या लावलेल्या दाढीमिशांसारखी ही काल्पनिकता उपरी असते, खरे असते त्यातले जीवन.

प्रश्न : आत्मकथनांना "अक्करमाशी", "बारामाशी" व "राणीमाशी" अशी नावं देण्यामागील आपली भूमिका?

शरणकुमार लिंबाळे : मी पुस्तकाला नावं देताना खूप विचारपूर्वक नावं देतो आणि ती पुस्तकाच्या आशय-विषयाला अनुरूपच असतात. "अक्करमाशी" म्हणजे अनैतिक संबंधातून जन्मलेला. विवाहबाह्य संबंधातून जन्मल्यामुळे जगावे लागलेले दुःख "अक्करमाशी" मध्ये आहे. एका रखेलीचा मुलगा म्हणून मला सर्वत्र हेटाळलं जायचं; पण "अक्करमाशी" प्रकाशित झाल्यानंतर माझं सर्वत्र स्वागत झालं. सत्कार झाला. माझं "अक्करमाशीपण" संपलं. मी एक प्रतिष्ठित लेखक झालो. इथून लिंबाळेसाहेबांची कहाणी सुरू होते. ही कहाणी सर्वच दलित ब्राह्मणांची होऊन बसते. या आत्मचरित्राच्या टप्प्याला "बारामाशी" असे नाव दिले आहे. इथे "बारामाशी" याचा अर्थ प्रतिष्ठित, घरंदाज असा आहे. त्यानंतर "राणीमाशी" येते. केवळ "माशी" असा नावाचा अनुप्रास साधण्याचा हा प्रयत्न नाही. "राणीमाशी" म्हणजे वापरणे व संपणे अशा अर्थाने हा शब्द शीर्षकस्थानी योजलेला आहे. "मधमाशांमध्ये एक राणीमाशी असते. जिच्याबरोबर नराचा संयोग झाला तर नर मरतो; परत राणीमाशी दुसरा नर भोगायला स्वतंत्र असते." अशी प्रवृत्ती माणसातही भेटते. असाच जमाखर्च "राणीमाशी" या आत्मनिवेदनात आहे.

प्रश्न : आत्मकथा कल्पित असू शकेल काय?

शरणकुमार लिंबाळे : आत्मकथा पूर्ण वास्तव असते. ती पूर्ण सत्य असते. आत्मकथेचं यश त्यातील सत्यावरच अवलंबून असतं. 'बलुतं' आत्मचरित्र म्हणून इतके चर्चित ठरले, पण कादंबरी म्हणून इतकी चर्चा झाली नसती. आत्मकथा पूर्ण सत्य असली, तरी काही कल्पित भाग यात येतो. तो म्हणजे पाच-पन्नास वर्षांचं आयुष्य पाच-पन्नास पानांत बसवावं लागतं. तेव्हा संस्करण व संपादनाचा भाग येतो. याचा वास्तवावर परिणाम

होतो. गावांची नावं, व्यक्तींची नावं, काही संदर्भ बदलावे लागतात. अन्यथा काही आयुष्ये बेचिराख होऊ शकतात. आत्मकथा लिहिणाऱ्या लेखकाचे वय, त्याचे विचार, त्याची प्रवृत्ती, त्याची प्रतिमा यांचाही लेखनात प्रवेश होत असतो, हेही लक्षात घेतले पाहिजे.

प्रश्न : ''आत्मकथा'' या वाङ्मयप्रकाराविषयी आपले मत काय?

शरणकुमार लिंबाळे : कथा, कादंबरी, कविता व नाटक यांपेक्षा ''आत्मकथा'' ही जिवंत असते. आत्मकथा व आत्मकथाकाराचं रक्ताचं नातं असतं. इतर वाङ्मय-प्रकारांत हे नातं काल्पनिक असतं. आत्मकथेत स्वतःचं आयुष्य लिहावं लागत असल्यामुळं लेखकाची इन्व्हॉल्व्हमेंट (Involve-ment) ही अधिक असते. ''स्वतःला व्यक्त करण्याचा हा अत्यंत संवेदनाक्षम असा वाङ्मयप्रकार'' आहे.

प्रश्न : दलित आत्मकथनांच्या मराठी साहित्यातील योगदानाचे स्वरूप काय?

शरणकुमार लिंबाळे : दलित आत्मकथनांनी नवा धीट अनुभव, आशय व विषय मराठी साहित्यात आणले आहेत. नवी बोलीभाषा, वाक्ये, म्हणी, प्रतिमा व प्रतीके यांची भर पडली आहे. दलित आत्मकथनांच्या चर्चेमुळे अन्य लेखकांनीही आपली आत्मचरित्रे धीटपणे लिहायला सुरुवात केलेली दिसेल. दलित आत्मकथनांमुळे मराठी अभिरुची जशी संपन्न झाली, तशी अंतर्मुखही झालेली आहे. मराठी साहित्य समृद्ध करण्याचं काम या वाङ्मयप्रकारानं केलेलं आहे. दलित आत्मचरित्रांमुळे सामाजिक प्रश्नांची चर्चा मराठी साहित्यात आली आहे. मराठी समीक्षेलाही नवं देणं या आत्मचरित्रांनी दिलेलं आहे.

प्रश्न : ''अक्करमाशी''प्रकाशित करण्याचा हेतू प्रसिद्धी की अन्याय-अत्याचाराला वाचा फोडणे, हा आहे?

शरणकुमार लिंबाळे : बलुतं, उपरा या दलित आत्मचरित्रांना भरपूर प्रसिद्धी, पैसा आणि प्रतिष्ठा मिळाली. त्यामुळे दलित आत्मचरित्राकडे बघण्याचा लोकांचा दृष्टिकोन दूषित बनला. प्रसिद्धी आणि पैशासाठी दलित लेखक आत्मचरित्र लिहितो, अशी टीका झाली. तशी टीका माझ्यावरही झाली आहे. ''रखेलीचा मुलगा'' म्हणून प्रसिद्धी मिळवणे यात काय प्रतिष्ठा आहे? हेच

मला कळत नाही. उलट, हा उपमर्द आहे. प्रसिद्धी, पैसा, प्रतिष्ठा हे लेखनाचे हेतू नसतात. ते परिणाम असतात. चांगल्या कलाकृतीला प्रसिद्धी, पैसा व प्रतिष्ठा मिळतेच. मी लिहिताना असे वाङ्मयबाह्य कुठलेच हेतू नव्हते. आपली वेदना लोकांपुढे मांडावी, हाच हेतू होता. "वेदना" ही वाङ्मयबाह्य नसते; ती वाङ्मयाची जननी असते, असं माझं मत आहे.

प्रश्न : "अक्करमाशी"त जे व्यक्त करायचं होतं, ते नेमकेपणानं आलं आहे असं आपणाला वाटतं का?

शरणकुमार लिंबाळे : अक्करमाशी, बारामाशी आणि राणीमाशीत जे आलं आहे, ते नेमकेपणानं आलं आहे; पण काही राहून गेल्याचीही खंत आहे. आत्मचरित्र लिहिताना स्वसमाज, स्वकुटुंब, नातेवाईक, मित्र आणि प्रस्थापित समाज यांची भीती वाटत असते. परिणामाची कल्पना येत नाही, "लोक काय म्हणतील?" ही टांगती तलवार सदैव पुढे असते. त्यामुळे मोकळं आणि बिनधास्त लिहिता येत नाही. काही हातचं आणि मनाचं राखून लिहावं लागतं. शिवाय "आत्मचरित्र" ह्या वाङ्मयप्रकाराला एक घाट, एक आकार असतो; त्याचाही तोल सांभाळावा लागतो. आयुष्यातील अनेक प्रसंग कलाकृतीत मांडताना कलाकृतीचं एकत्व, Unity बिघडणार नाही, याचीही खबरदारी घ्यावी लागते. आलेले सर्व अनुभव लिहिले तर आत्मचरित्र ढिसाळ, तोल गेलेले होऊ शकते. आपले व्यक्तिगत जीवन हे पुस्तकामुळं पूर्णपणे सामाजिक होणार आहे, ही भावनाही असते. त्यामुळे लिहिताना काही राहून जातं. माझं राहून गेलं आहे. पण त्याचा उपयोग इतर वाङ्मयप्रकारासाठी करता येतो.

प्रश्न : शालेय जीवनात आपण नाटकं लिहिली आहेत; पण पुढे हा वाङ्मयप्रकार आपण हाताळला नाही, असे का?

शरणकुमार लिंबाळे : बाबासाहेब आंबेडकरांपूर्वी माझ्यावर हिंदू धर्मातील अध्यात्मानं प्रचंड कब्जा केलेला होता. त्यानंतर रवींद्रनाथ टागोर, राम गणेश गडकरी यांचा मी फॅन होतो. त्यामुळे शालेय जीवनात कथा, कविता आणि नाटके लिहिली. जवळजवळ १०/१२ नाटके मी लिहिली होती. ही सर्व काल्पनिक होती. नामांतराच्या चळवळीमुळे माझ्या काल्पनिक लेखनातील फोलपणा मला कळला. दलित साहित्यामुळे माझं लेखन मला खूपच वाट

चुकलेलं वाटलं. ते सर्वच फाडलं. आणि दलित साहित्य लिहू लागलो. दलित साहित्यात मी ''नाटका'' शिवाय सर्व वाङ्मयप्रकार हाताळले आहेत. पण नाटक नाही. आकाशवाणीच्या सहा वर्षांच्या नोकरीत अनेक नाटिका लिहून प्रसारित केल्या आहेत. दलित नाटक लिहून झालं नाही, याचं काही विशिष्ट कारण नाही. नाटकं लिहिणं, करणं, प्रसिद्ध करणं ही अत्यंत बिकट वाट वाटते. त्यामुळेच इकडे वळलो नसावा.

प्रश्न : आपल्या लेखनाचा प्रवास हा सामाजिक संबंधाकडून प्रेमसंबंधाकडे वळलेला दिसतो.

शरणकुमार लिंबाळे : माझे आयुष्य हेच एकमेव कारण असावे. यापुढेही आत्मचरित्र लिहिणार आहे. आत्मचरित्र आयुष्यात एकदाच लिहायचे असते किंवा एका आयुष्याचे एकच आत्मचरित्र असते, असे नाही. कलावंत अनेक पातळ्यांवरून जगत असतो. आयुष्यातला प्रत्येक कालखंड वेगवेगळा असतो. त्याचे साद-पडसाद सूक्ष्मपणे न्याहाळले पाहिजेत. त्यामुळे आत्मचरित्रपर लेखन सामाजिक संबंधाकडून प्रेमसंबंधाकडे जाते, असे म्हणण्यापेक्षा ते बहिर्मुखतेकडून अधिक अंतर्मुखतेकडे वळत जाते, असे मला वाटते. विश्वापेक्षाही कलावंताचा आत्मा विराट असतो. तिथं अगणित जननबीजे असतात. ती न्याहाळली पाहिजेत.

प्रश्न : दलित आत्मकथनाविषयी आपणास काय वाटते?

शरणकुमार लिंबाळे : दलित आत्मकथा माझ्या दृष्टीने अत्यंत महत्त्वाच्या आहेत. त्या आमच्या केवळ एका व्यक्तीच्या नाहीत. त्या आत्मकथनातून लेखक आणि लेखकाचा समाज व्यक्त होताना दिसतो. लेखकाच्या जीवनाबरोबर त्याचा परिसर आणि परिस्थितीचे चित्रण त्यामध्ये झालेले दिसून येते. चालीरीती, रूढी, परंपरांबरोबरच सामाजिक शोषण, अन्याय-अत्याचाराच्या घटना त्यात येतात. दलित समाजाची भाषा आणि त्यांचं सांस्कृतिक जीवन यात येते. एका वाङ्मय प्रकाराबरोबर सामाजिक प्रश्नांची उकल करणाऱ्या या आत्मकथा आहेत.

प्रश्न : ''अक्करमाशी''इतकी आपली इतर पुस्तके चर्चित झाली नाहीत, याचे कारण काय?

शरणकुमार लिंबाळे : लेखकाच्या सर्वच कलाकृती चर्चित ठरत

नसतात. एखादीच कलाकृती वाचकांच्या पसंतीला उतरते. दुसरे असे की, "अक्करमाशी" ही आत्मकथा आहे. यामध्ये आजवर व्यक्त न झालेला अनुभव, धीट अनुभव व्यक्त झाला आहे. हा वेगळा अनुभव वाचकांनी मनापासून वाचलेला दिसतो. दलित साहित्यात व्यक्त झालेल्या वेगळ्या अनुभवामुळे दलित साहित्याला उदंड वाचक पण लाभला आहे. आत्मकथेच्या तुलनेने अन्य वाङ्मयप्रकार कल्पना आणि प्रतिमेच्या जोरावर लिहिलेले असतात. कुठल्याही आत्मकथेचे यश हे त्यात व्यक्त झालेल्या सत्यावर अवलंबून असते आणि सत्य हे कल्पना-प्रतिभेपेक्षा खूप परिणामकारक असते. त्यामुळेच आत्मकथा वाचकाच्या मनाची पकड घेताना दिसतात.

प्रश्न : आत्मकथा कल्पित असू शकते का?

शरणकुमार लिंबाळे : आत्मकथेतील काही भाग कल्पित असू शकतो. उदा., आत्मकथेतील प्रेमसंबंधातील स्त्रियांची नावे, काही अडचणीच्या ठरू शकतील अशा व्यक्तिरेखा, नावे, काही स्थळांची नावे ही बदलून लिहावी लागतात. दलित आत्मकथा ह्या स्फोटक आहेत. त्यांत व्यक्त झालेल्या आशय-विषयामुळे काही सामाजिक आणि वैधानिक प्रश्न निर्माण होण्याचा धोका असतो. त्यामुळे वास्तव व्यक्त करण्यासाठी कल्पनेचा आधार घ्यावा लागतो. ही कल्पना खोट्या दाढी-मिशांसारखी असते.

प्रश्न : आत्मकथा ह्या वाङ्मयप्रकाराविषयी आपले मत काय?

शरणकुमार लिंबाळे : कथा-कविता-कादंबरी-नाटक यांपेक्षा आत्मकथा हा वाङ्मयप्रकार मला अधिक जिवंत वाटतो. आत्मकथा आणि आत्मकथाकाराचं नातं रक्ताचं नातं असतं. इतर वाङ्मयप्रकारांत कलाकृती आणि निर्माता यांचं नातं काल्पनिक असतं. आत्मकथेत स्वतःचं आयुष्य लिहावं लागत असल्यामुळं लेखकाची इनव्हॉल्व्हमेंट (Involvement) अधिक असते. स्वतःला व्यक्त करण्याचा हा अत्यंत संवेदनाक्षम असा वाङ्मयप्रकार आहे.

प्रश्न : आत्मकथा लिहिण्याचे कारण काय?

शरणकुमार लिंबाळे : मी माझी वेदना मांडण्यासाठी आत्मकथा लिहिली आहे. सर्वच दलित लेखकांनी आपल्या व्यथा-वेदना प्रकट करण्यासाठी आत्मकथा लिहिल्याचे दिसते. दलित लेखक आपल्या साहित्याकडे आपले प्रश्न, व्यथा, वेदना आणि समस्या मांडण्याचे साधन म्हणून पाहतो. त्यामुळे

दलित आत्मकथांना सामाजिक दस्तऐवजाचे स्वरूप प्राप्त झाले आहे. या आत्मकथा एका व्यक्तीच्या असल्या, तरी त्या लेखकाच्या जातीच्या प्रातिनिधिक आत्मकथा झाल्या आहेत. दलित साहित्यातला कुठलाही वाङ्मयप्रकार घेतला तर त्यात हा प्रातिनिधिकपणा प्राधान्याने व्यक्त झालेला दिसून येतो.

प्रश्न : ''अक्करमाशी'' मध्ये जे व्यक्त करायचं होतं, ते नेमकेपणाने व्यक्त झालं आहे असे आपणास वाटते काय?

शरणकुमार लिंबाळे : ''अक्करमाशी'' मी वयाच्या पंचवीस-सव्विसाव्या वर्षी लिहिली आहे. त्यामुळे काय लिहावे कसे लिहावे, ह्याची जाण कमी होती. त्याच्यामुळे ''अक्करमाशी'' मधला आशय-विषय अनेक छोट्या-छोट्या प्रसंगांमधून व्यक्त झाला आहे. त्यात सलगता नाही. त्याचे नीट संपादन झालेले नाही. अनेक व्यक्तिरेखांच्या नावांमध्ये साम्य असल्यामुळे वाचकांचा गोंधळ होतो. अशा अनेक विसंगती अक्करमाशी प्रकाशित झाल्यानंतर चर्चेत आल्या. आणि त्यात काही अंशी तथ्य आहे! अक्करमाशी वयाच्या पंचविसाव्या वर्षी लिहिली असल्यामुळे कसल्याही परिणामाची पर्वा न करता प्रामाणिकपणे लिहिली गेली आहे. त्यामुळे त्यात रसरसलेपणा जाणवतो. आज वयाच्या पन्नासाव्या वर्षी ही आत्मकथा वाचण्याचे धाडसही होत नाही. आज ''अक्करमाशी'' लिहिले असते, तर यातील अनेक प्रसंग लिहिण्याचे धाडस झाले नसते.

प्रश्न : दलित आत्मकथनांमुळे साहित्याला कोणते योगदान मिळाले आहे?

शरणकुमार लिंबाळे : एकेकाळी अशा प्रश्नांची उत्तरे देताना मी म्हणायचो, दलित साहित्याने मराठी साहित्याला श्रीमंत केले, नवी भाषा दिली, नवे शब्द दिले, नवे नायक दिले, नवा अनुभव दिला, नवी शैली दिली, मराठी समीक्षाक्षितिज विस्तारले, वाचकाला अंतर्मुख केले. हे एका अर्थाने बरोबरही होते. पण त्याचबरोबर मराठी आत्मकथांमुळे मराठी साहित्यात केवळ दलितांच्या आत्मकथांची लाट आली असे नव्हे, तर स्त्रियांच्या आत्मकथाही मोठ्या संख्येने प्रकाशित झाल्या. दलित आत्मकथांमुळे अनेक वंचित घटकांना लिहिण्याचे बळ दिले. दलित आत्मकथांची चर्चा झाल्यामुळे अनेक सामाजिक स्तरातील प्रश्न ऐरणीवर आले, हे जितके खरे आहे, तितकेच दलित

आत्मकथांमुळे दलित साहित्याला समाजमान्यताही मिळाली. दलित आत्मकथांचा अन्य भाषांमध्ये अनुवाद झाल्यामुळे त्या त्या भाषांमध्ये दलित साहित्य निर्माण झाले.

प्रश्न : दलित आत्मकथांमुळे दलित साहित्यावर काय परिणाम झाले?

शरणकुमार लिंबाळे : दलित आत्मकथा खूप चर्चित ठरल्या. एकाच पुस्तकामुळे दलित लेखकाला प्रसिद्धी-प्रतिष्ठा मिळाली. त्यामुळे अनेकांनी आत्मकथा लिहिल्या. दलित साहित्यात सुरुवातीला प्रत्येकजण कविता लिहीत असे. त्यामुळे दलित कविता विपुलपणे लिहिली गेली. दलित आत्मकथेची लाट आल्यानंतर मात्र अन्य वाङ्मयप्रकार दुर्लक्षित राहिले. याचा दलित कादंबरी ह्या वाङ्मयप्रकारावर खूप वाईट परिणाम झाला. आत्मकथा लिहायला सोपी असल्याने प्रत्येकजण आत्मकथा लिहिणेच पसंत करू लागल्याने एकेका पुस्तकामध्ये लेखक संपल्याचे दृश्यही दिसते.

प्रश्न : आत्मचरित्र आणि आत्मकथा या दोहोंमध्ये काय फरक करता येईल?

शरणकुमार लिंबाळे : आत्मचरित्र आणि आत्मकथांमध्ये त्या लेखकाची जीवनकथा व्यक्त झालेली असते, या अर्थाने त्यांमध्ये भेद करता येत नाही. परंतु दलितांनी लिहिलेल्या आत्मकथांमधील विषय-आशय, आत्मचरित्रातील विषय-आशयापेक्षा एकदम भिन्न असल्याने दलित आत्मकथांची वेगळी प्रतवारी करण्यात आल्याचे दिसते. आत्मचरित्रे ही जीवनाच्या उत्तरार्धात लिहिली जातात. ही आत्मचरित्रे त्या व्यक्तीच्या जीवनाची यशोगाथाच असतात. समाजात नावलौकिक आणि प्रतिष्ठा असलेल्या व्यक्तींनीच जीवनातल्या मानसन्मानाचे आणि गौरवाचे प्रसंग आपल्या आत्मचरित्रात लिहिले आहेत. याउलट, ऐन तारुण्यातील दलित लेखकांनी आत्मकथा लिहिल्या आहेत. या आत्मकथांमध्ये वयापेक्षा वेदना मोठी आहे. आत्मकथांमधील अनुभव हे जातिविशिष्ट आहेत. आजवर जे अनुभव सांगण्याचं धाडस अन्य लेखकांनी केलं नव्हतं, ते प्रथमच दलित लेखकांनी केलं. त्यामुळे दलित आत्मकथा आत्मचरित्रापेक्षा वैशिष्ट्यपूर्ण ठरल्या. आत्मचरित्रं एका व्यक्तीच्या जीवनाला

उजाळा देताना दिसतात, तर आत्मकथा संपूर्ण समाजजीवनाला साहित्याच्या केंद्रस्थानी आणताना दिसतात.

प्रश्न : आत्मकथा लिहिण्याची नेमकी प्रक्रिया कोणती आहे?

शरणकुमार लिंबाळे : आत्मकथा कुणीही लिहू शकत नाही. आणि असा प्रयत्न झाला तर ती वाचली जाऊ शकत नाहीत. ज्याचं जीवन चार-चौघांपेक्षा वेगळं आहे, जो गर्दीत आघाडीवर दिसतो, तोच आत्मकथा लिहिताना दिसतो. आत्मकथा कुणालाही लिहिता येत असली, तरी त्याच्याकडे सांगण्यासारखे अनुभव असणे आवश्यक आहे. आत्मकथाकाराचे आयुष्य सर्वसामान्य माणसाच्या आयुष्यासारखेच असले, तरी त्याच्या जीवनातील काही वैशिष्ट्यपूर्ण अनुभवांमुळे तो वेगळा ठरतो. दुसरे असे की आत्मकथा म्हणजे दैनंदिन जीवनाची नोंदवही नव्हे. जीवनात न विसरता येणारे सुखदुःखाचे प्रसंग हे आत्मकथेमध्ये व्यक्त होत असतात. हे अनुभव सामान्य अनुभवापेक्षा विशेष अनुभव असतात. अशा असामान्य अनुभवांची जितकी संख्या अधिक, तितकी ती आत्मकथा अधिक लक्षणीय ठरते. त्यामुळे लेखकाला आपल्या आयुष्यातील असामान्य अनुभवांची गोळाबेरीज करावी लागते आणि ती आत्मकथेच्या स्वरूपात मांडावी लागते.

प्रश्न : काही आत्मकथांवर सनसनाटीचा आरोप झाला, याचे काय कारण असू शकते?

शरणकुमार लिंबाळे : 'बलुतं', 'उपरा' अशा आत्मचरित्रांची विपुल चर्चा झाली. ही चर्चा होताना दलित आत्मकथांमधल्या स्फोटक, दाहक अशा अनुभवांचीच अधिक चर्चा झाली. वर्तमानपत्रांत प्रसिद्ध झालेल्या परीक्षणांमध्ये दलित आत्मकथांकडे 'ब्रेकिंग न्यूज' प्रमाणे पाहिल्याचे दिसते. दलित आत्मकथांतील सनसनाटी, खळबळजनक प्रसंगांची मध्यमवर्गीय वाचकांनी चविष्ट चर्चा केल्यामुळे पुढल्या काळात काही आत्मकथांमध्ये असे प्रसंग मुद्दाम म्हणून घुसडण्याचे प्रमाण झाले असणार! एकवेळ अशी होती मीच जास्त वाईट प्रकारचे जीवन जगलो, माझीच आत्मकथा चांगली, असा सूर दलित आत्मकथांकारांमध्ये प्रकट होऊ लागली. त्यामुळे वाचकांनी काही आत्मकथांवर आरोप केलेला दिसतो. हे जरी खरे असले, तरी सवर्ण मध्यमवर्गीय वाचकांना दलितांच्या जीवनातील भयावह आणि भयंकर अशा

जीवनाचे तपशील धक्कादायकच वाटणारे होते.

प्रश्न : चांगल्या आत्मकथेची वैशिष्ट्ये कोणती?

शरणकुमार लिंबाळे : जी आत्मकथा वास्तव आहे. सत्य आहे, आणि जी प्रामाणिकपणे लिहिली आहे, ती आत्मकथा चांगली म्हणता येईल. आत्मकथेमध्ये लेखक, त्याचा समाज आणि परिस्थिती यांविषयीची माहिती वस्तुनिष्ठपणे व्यक्त होणे आवश्यक आहे. सूडबुद्धीने एखाद्याला बदनाम करण्यासाठी लेखन करणे चुकीचे ठरेल. जी आत्मकथा वाचकाला जगण्यातील महत्ता आणि मानवी मूल्ये यांचे महत्त्व विषद करेल, ती श्रेष्ठ दर्जाची आत्मकथा ठरेल.

प्रश्न : दलित आत्मकथांचा अन्य भाषांमध्ये अनुवाद होण्याचे कारण काय?

शरणकुमार लिंबाळे : दलित आत्मकथांमध्ये व्यक्त झालेल्या जातिविशेष अनुभवांमुळे त्या लक्षणीय ठरल्या. त्यामुळे त्यांच्याकडे वाचकांचे लक्ष आकर्षिले गेले. अशा लोकप्रिय ठरलेल्या आत्मकथा अन्य भारतीय भाषांमध्ये अनुवादित झाल्या आहेत. या आत्मकथा चांगल्या कलाकृती आहेत, म्हणून अनुवादित झाल्या नाहीत; तर त्यांतल्या सामाजिक मूल्यांमुळे या आत्मकथा अनुवादित झाल्या आहेत. मराठी साहित्यात चर्चित ठरलेल्या आत्मकथांनी अन्य भाषांतील वाचक-लेखक आणि प्रकाशकांचे लक्ष वेधून घेतल्यामुळे दलित लेखकांच्या पुस्तकांचे अनुवाद झाले आहेत.

प्रश्न : दलित साहित्याच्या अनुवादाविषयी आपण समाधानी आहात काय?

शरणकुमार लिंबाळे : दलित साहित्याची वादळी चर्चा झाल्यामुळे काही अनुवादकांचे लक्ष या साहित्याकडे आकर्षिले गेले. त्यामुळे प्रामुख्याने दलित लेखकांच्या आत्मकथा अन्य भाषांत प्रकाशित झाल्या आहेत. दया पवारांचे 'बलुतं', लक्ष्मण माने यांची 'उपरा', प्र.ई. सोनकांबळे यांचे 'आठवणींचे पक्षी', लक्ष्मण गायकवाड ह्यांची 'उचल्या', शरणकुमार लिंबाळे ह्यांची 'अक्करमाशी', नरेंद्र जाधव यांची 'आमचा बाप आणि आम्ही', बेबी कांबळे यांचे 'जिणं आमुचं', माधव कोंडविलकर यांचे 'मुक्काम पोष्ट देवाचे गोठणे', शंकरराव खरात यांचे 'तराळ-अंतराळ' ही आत्मकथने अन्य भाषांत प्रकाशित

झाली आहेत. अनुवादित पुस्तकांचीही विपुल चर्चा झाली आहे. त्यामुळे काही उत्साही अनुवादकांनी दलित लेखकांच्या पुस्तकांचा अनुवाद केला. असे घाईने केलेले सुमार दर्जाचे अनुवादही प्रकाशित झाले आहेत. अनुवादक अभ्यासू आणि जाणकार असला पाहिजे; त्याला भाषेचे उत्तम ज्ञान असणे आवश्यक आहे, त्याचबरोबर दलित जीवनातील तपशीलही माहीत असणे आवश्यक आहे; तरच दलित साहित्याचा योग्य अनुवाद होऊ शकतो. मराठी दलित लेखकांच्या पुस्तकांचे जे अनुवाद झाले आहेत, त्यांतील केवळ बोटांवर मोजण्याइतकेच लेखक भारतीय स्तरावर चर्चित ठरले आहेत. दुसरे असे की एखाद्या लेखकाचे एखादे पुस्तक अनुवादित झाले म्हणजे तो भारतीय लेखक होतो असे नाही. त्यासाठी अनेक चांगली पुस्तके अनेक प्रादेशिक भारतीय भाषांमध्ये सातत्याने प्रकाशित होणे, आणि त्यांची चर्चा होणे आवश्यक ठरते. दलित साहित्याच्या अनुवादामुळे भारतीय दलित साहित्य असे वाङ्मय दृष्टिपथात येऊ लागले, ही अत्यंत महत्त्वाची गोष्ट आहे.

प्रश्न : अनुवादकाच्या जातीचा त्याच्या अनुवादावर काही परिणाम होतो का?

शरणकुमार लिंबाळे : आता अशी चर्चा सुरू झाली आहे. अनुवादकही जन्माने दलित असेल, तरच तो चांगला अनुवाद करू शकेल. अनुवादक सवर्ण, मुद्रितशोधक सवर्ण आणि प्रकाशक सवर्ण असल्यामुळे दलित अनुभव नीटपणे अनुवादित होत नाही, अशी तक्रार ऐकायला मिळते. पण ह्यात काही तथ्य वाटत नाही. अनुवादक अभ्यासू व जाणकार असेल, तर त्याचा अनुवाद उत्तमच होतो. पण हे खरे आहे, की सवर्ण समाजातील मध्यमवर्गीय अनुवादकाला दलित जीवन ज्ञात नसते; त्यामुळे त्याच्या अनुवादामध्ये घोटाळे होण्याची शक्यता असते.

प्रश्न : अनुवादामुळे लेखकाच्या लेखनावर काय परिणाम होतो?

शरणकुमार : मी मराठीत लिहीत होतो तेव्हा मराठी आणि महाराष्ट्राबाहेर वाङ्मयात काय घडते, हे जाणून घेण्याची इतकी तीव्र इच्छा नव्हती. आपली स्पर्धा मराठी लेखकांबरोबरच आहे, असे जाणवत होते. तेव्हा मराठी भाषा आणि साहित्य एवढा मर्यादित विचार करून मी लिहित होतो. आता माझ्या

साहित्याचा अनेक भाषांत अनुवाद झाल्यामुळे माझे वाचक आणि प्रकाशक वाढले आहेत. प्रत्येक भाषेगणिक वाचकाची जाण आणि समज वेगळी आहे. भारतीय साहित्यामध्ये स्वतःचे स्थान बळकट करण्यासाठी खूप मोठा आवाका लागतो. अनुवादामुळे ह्याचे भान आले.

प्रश्न : दलित साहित्याची आज चर्चा होताना दिसत नाही, याचे कारण काय असावे?

शरणकुमार लिंबाळे : १९६० ते १९९० या तीन दशकांमध्ये दलित साहित्याची विपुल चर्चा झालेली आहे. हा काळ दलितांच्या दृष्टीने रसरसलेला आणि चळवळमय असा होता. जागतिकीकरणाच्या चर्चेत दलित साहित्याची चर्चा थोडी मागे पडली, हे खरे आहे. १९९० नंतर दलितांमध्ये एकारलेपणा आणि आक्रमकपणा प्रकर्षाने व्यक्त झाला. परिणामी दलितांबरोबर असलेले पुरोगामी, सहानुभूतीदार दुरावले. ह्याच काळात हिंदुत्ववादी शक्ती सत्तेत आल्या. त्यामुळे समाजजीवनात दहशत निर्माण झाली. ह्या सगळ्याचा एकूण परिणाम दलित साहित्य आणि दलित चळवळीला वेगळे पाडण्यात झाला. दलित लेखक माजला आहे, त्याच्या साहित्याची चर्चा करण्याचे काही कारण नाही, त्यालाच प्रसिद्धी आणि प्रतिष्ठा दिली आहे, त्यामुळे त्याच्याकडे दुर्लक्ष करणे हेच बरे! अशी भूमिका सवर्ण लेखकांनी घेतली असावी, असे मौन सर्वत्र अनुभवायला मिळते. हा साहित्यातला छुपा जातीयवाद आहे. त्यामुळे दलित लेखकांची चांगली पुस्तके प्रकाशित होऊनही त्यांची चर्चा आज होताना दिसत नाही.

प्रश्न : साहित्याने सामाजिक क्रांती होते, असे म्हणता येईल का?

शरणकुमार लिंबाळे : कलावादी साहित्याने सामाजिक क्रांती होत नसते. बंडखोर साहित्यामुळे समाजजीवनात बदल होतो. नामदेव ढसाळ ह्यांच्या कवितेमुळे दलित पँथरचा लढा तीव्र झाला. लक्ष्मण माने यांच्या 'उपरा' मुळे भटक्या विमुक्तांची चळवळ आकाराला आली. अण्णाभाऊ साठे यांच्या 'फकिरा'मुळे मातंग समाजात चैतन्य निर्माण झाले. दया पवारांच्या 'बलुतं' मुळे दलित साहित्यात आत्मकथांची लाट आली. साहित्यामुळे समाजपरिवर्तन होते. फुले-आंबेडकरांच्या लेखनामुळे दलित समाजात प्रचंड

जागृती निर्माण झाली आहे, हे नाकारता येणार नाही.

प्रश्न : दलित लेखकांनी कोणते विषय हाताळले पाहिजेत, असे तुम्हाला वाटते?

शरणकुमार : दलित लेखकांनी दलितांविषयी लिहिणे ही आजची प्राथमिकता आहे. दलित लेखकांनी दलितांविषयी न लिहिता अन्य विषयांवर लेखन केले, तर तो सांस्कृतिक अपराध ठरेल. दलित समाज हा निरक्षर आहे. त्याला गुलामीची जाणीव करून द्यायची आहे. त्याला क्रांतीच्या दिशेने कार्यप्रवण करायचे आहे आणि त्याचबरोबर हजारो वर्षांपासून दलितांविरोधी जे चिंतन आणि लेखन झालं आहे, त्याचे खंडण-मंडण करायचे आहे. दलित लेखकाची ही ऐतिहासिक जबाबदारी आहे. सामाजिक परिवर्तनासाठी लिहिण्याची गरज संपली नाही. जोवर ही विषमता अमर आहे, तोवर दलित लेखकांना या विषमतेविरुद्ध आग ओकावी लागणार आहे. दलित लेखकांनी संघर्षाकडे पाठ फिरवून चालणार नाही. दलित लेखकांनी जातिव्यवस्थेच्या विरोधात लिहिले पाहिजे. समता-स्वातंत्र्य-बंधुता या मूल्यांसाठी दलित लेखकांनी लिहिण्याची गरज आहे. शोषणाविरुद्ध भूमिका घेऊन दलित लेखकांना लिहावे लागणार आहे. दलित लेखकांनी दलितांचा कैवार घेऊन उभे राहणे आवश्यक आहे. त्यासाठी दलितांचे शोषण करणारे, दलितांवर अन्याय-अत्याचार करणारे दलितांचे शत्रू असतात. देवधर्माने दलितांचे अवमूल्यन केले आहे, तेव्हा दलित लेखकाला याचे भान ठेवून लिहावे लागणार आहे.

प्रश्न : कलावंताची सामाजिक बांधीलकी म्हणजे काय?

शरणकुमार लिंबाळे : दलित लेखक हा कार्यकर्ता आणि कलावंतही आहे. त्यामुळे त्याच्या लेखनात आवेश, आक्रमकता अशा अनेक भूमिका व्यक्त होताना दिसतात. तो दलितांचा पक्ष घेऊन लेखन करताना दिसतो. दलित लेखकाची शोषित समाजाविषयी असलेली आस्था, गुलामीविरुद्धचा बंडखोरपणा आणि शोषणकर्त्यांविरुद्ध त्यांनी सुरू केलेली लढाई या घटकांचा कलावंताच्या सामाजिक बांधीलकीमध्ये अंतर्भाव होतो. कलावंताने लोकांत राहून लोकांसाठी लढले पाहिजे आणि लिहिले पाहिजे. ही भूमिका म्हणजे सामाजिक जबाबदारीची अर्थात बांधीलकीची भूमिका होय. लेखकाला समाजापासून नाळ तोडून अलिप्त राहता येत नाही. समाजावर अन्याय-अत्याचार होत

असताना तो मौन धारण करू शकत नाही. जो लेखक सर्वसामान्य माणसाला केंद्रस्थानी ठेवून लेखन करतो आणि त्याच्या मुक्तीची स्वप्ने पाहतो, तो लेखक सामाजिक बांधीलकी मानतो असे म्हणता येईल.

प्रश्न : दलित लेखक आणि अन्य लेखक यांच्या लेखनप्रक्रियेत काय भेद करता येईल?

शरणकुमार लिंबाळे : कोणताही लेखक लेखन करतो, ती लेखनप्रक्रिया एक प्रकारचीच असते. दलित लेखक आणि अन्य लेखक यांच्या जाणिवांमध्ये मूलभूत फरक आहे त्यामुळे दोघांच्याही चिंतनाचे आणि लेखनाचे विषय भिन्न आहेत. सवर्ण समाजातल्या लेखकाला जातिअंताविषयी लिहिणे वा बोलणे निकडीचे वाटत नाही. उलट, ह्याविषयी तो जाणीवपूर्वक मौन पाळतो. एका अर्थी तो मूकपणे प्रस्थापित व्यवस्थेचे समर्थनच करत असतो. त्यामुळे जातिव्यवस्था, दलितांवरील अन्याय-अत्याचार हे त्याच्या चिंतनाचे विषय होत नाहीत. ह्याउलट, दलित लेखक जातिअंताची भूमिका घेऊन लिहीत असल्याने त्याच्या चिंतनाचे आणि लेखनाचे विषय हे अन्य लेखकांपेक्षा वेगळे असतात. लेखक लिहिण्यापूर्वी, त्याच्या लेखनाविषयी जो विचार करतो, ती प्रक्रिया समजून घेतली पाहिजे. ही प्रक्रिया जटिल असते. त्याची सरधोपटपणे वर्गवारी करता येत नाही. तथापि दलित लेखकाच्या जाणिव-नेणिवेमधील तपशील आणि अन्य लेखकांच्या जाणिव-नेणिवेतील तपशील ह्यांत फरक करता येऊ शकतो. दलित लेखक सतत दलितांवर होणाऱ्या अन्याय-अत्याचाराचा विचार करत असतो. तो समता-स्वातंत्र्य-बंधुभाव ह्या विचाराने प्रेरित झालेला असतो. त्याला दलितांवर होणारे अन्याय-अत्याचार अस्वस्थ करत असतात. तो स्वत:ला प्रस्थापित व्यवस्थेविरुद्ध लढणारा सैनिक समजत असतो. तो आपल्या शब्दांना शस्त्रासारखे परजत असतो. त्यामुळे त्याला जे सुचते, ते ह्या मुशीतून व्यक्त होत असते. ह्याउलट, अन्य लेखक 'स्वान्तसुखाय' वृत्तीने जगत असतो. तो तटस्थता, अलिप्तता यांना अधिक महत्त्व देत असतो. तो साहित्याला साधन मानण्याऐवजी साध्य मानत असतो. त्यामुळे त्याची चिंतनपरंपरा दलित लेखकांपेक्षा वेगळी असते.

प्रश्न : दलित लेखक लेखन करतो म्हणजे काय?

शरणकुमार लिंबाळे : दलित लेखकाला मुळात जे सुचते, ते समजून

घेतले पाहिजे. त्याचे सुचणे ही त्याची प्रस्थापित व्यवस्थेविरुद्धची तिखट प्रतिक्रिया असते. त्याची चीड, त्याचा संताप आणि त्याचा बंडखोरपणा त्याच्या सुचण्यातून व्यक्त होत असतो. त्या अन्याय-अत्याचाराविरुद्धची प्रतिक्रिया म्हणजे दलित लेखकाचे लेखन होय. दलित साहित्य ही एक बंडखोर वृत्ती आहे; ते केवळ लेखन नव्हे. दलित लेखक लेखन करतो म्हणजे सामाजिक समतेच्या लढ्यात सामील होतो. त्याचे लेखन आंदोलनातल्या अनेक लढ्यांतला एक भाग आहे.

प्रश्न : दलित लेखकाची प्रेरणा म्हणजे काय?

शरणकुमार लिंबाळे : दलित लेखकाला लिहायला प्रवृत्त करणारी जी ऊर्जा आहे, तिला प्रेरणा म्हणता येईल. दलित लेखकाच्या मनातील असंतोषाला आंबेडकरी विचारांमुळे स्फोटाचे स्वरूप प्राप्त झाले. आंबेडकरी विचार आणि चळवळ ह्यांमुळे त्याला शोषित आणि शोषक ह्यांतला फरक कळाला, त्याला त्याचा पक्ष निश्चित करता आला, त्याला त्याची भूमिका ठरवता आली. त्यामुळे त्याच्या लेखनाला एक निश्चित हेतू आणि प्रयोजन प्राप्त झाले. या सगळ्यामागची कारक शक्ती हा आंबेडकरी विचार आहे. हा विचारच दलित लेखकाला प्रेरणा देतो आणि विषमतेविरुद्ध लढण्याचे बळ देतो.

प्रश्न : दलित लेखकाचा विद्रोह म्हणजे काय?

शरणकुमार लिंबाळे : विद्रोह म्हणजे प्रस्थापित विषम व्यवस्था उलथवून टाकणे. दलित लेखक जाति-अंतासाठी लिहिताना दिसतो. जातिव्यवस्थेला रसद पुरवणारे सर्व घटक नेस्तनाबूत करणे हे दलित लेखकाचे ध्येय आहे. केवळ प्रस्थापित व्यवस्था नष्ट करणे इतकेच सीमित ध्येय दलित लेखकांपुढे नाही; तर समता-स्वातंत्र्य-बंधुत्वावर आधारित नवी व्यवस्था निर्माण करणे हे दलित लेखकाचे स्वप्न आहे. दलित लेखकाच्या विद्रोहात विषमतेचा विध्वंस आणि समतेची मांडणी या दोन घटकांचा अंतर्भाव होतो.

प्रश्न : दलित लेखकाची वेदना म्हणजे काय?

शरणकुमार लिंबाळे : दलित लेखकाची वेदना ही हजारो वर्षांची आहे. ती एकट्या दलित लेखकाची नाही; ती हजारो दलितांची आहे. प्रस्थापित व्यवस्थेने दलितांना अस्पृश्य ठरविले आहे, त्यांचा स्पर्श-वाणी आणि सावली अपवित्र मानली आहे. माणसाचे अवमूल्यन केलेले आहे. ही

दलितांची वेदना आहे. दलितांना अस्पृश्य मानून त्यांना अमानवी जीवन जगायला लावले आहे. त्यांचा छळ केला आहे. ह्यामुळे दलित साहित्यात प्रचंड आक्रोश व्यक्त झाला आहे. ह्या आक्रोशाचे कारण दलितांची वेदना आहे. हा आक्रोश केवळ ऊरबडवा आक्रोश नाही; तर हा माणुसकीसाठीचा आक्रोश आहे. आम्हीही माणसे आहोत, असे या आक्रोशाचे स्वरूप आहे. दलितांची वेदना ही दलितांचे मानवाधिकार नाकारण्यातून जन्मली आहे. हजारो वर्षांपासून हा समाज मूक होता. तो आपल्या गुलामीला आपला भोगवटा म्हणून स्वीकारत होता. त्याने नशिबाविरुद्ध कधीच बंड केले नाही. गतजन्मीचे पाप समजून सर्व अन्याय निमूटपणे त्याने सहन केले. दलितांना आंबेडकरी चळवळीमुळे आत्मभान मिळाले आहे आणि त्याला आपल्या वेदनेची जाणीव झाली आहे.

प्रश्न : दलित लेखकाचा नकार म्हणजे काय?

शरणकुमार लिंबाळे : वेदना, विद्रोह आणि नकार ही दलित साहित्याची त्रिसूत्री आहे. दलित लेखकाने प्रस्थापित व्यवस्थेला नकार दिला आहे. ज्या व्यवस्थेने दलितांचे शोषण केले, त्या व्यवस्थेला दिलेला हा नकार आहे. दलितांनी हिंदू देवदेवता नाकारल्या. त्यांनी हिंदू धर्म नाकारला आणि बौद्ध धर्माचा स्वीकार केला. त्यांच्यावर लादण्यात आलेली हीन कामे त्यांनी नाकारली. त्यांनी आपली पायरी नाकारली. आपलं दुय्यमपण नाकारले. ह्या नकारातूनच एक बंडखोरी निर्माण झाली. ही बंडखोरी म्हणजे एक क्रांतिकारी मानसिकता होती. ही क्रांतिकारी मानसिकता म्हणजे दलित लेखकाचा नकार होय. दलितांचा नकार हा प्रस्थापित व्यवस्थेला धक्का देणारा आहे.

प्रश्न : दलित साहित्यात बोलीभाषेचे महत्त्व काय आहे?

शरणकुमार लिंबाळे : प्रस्थापित व्यवस्थेने दलितांच्या भाषेचेही शोषण केले आहे. दलितांच्या भाषेला असभ्य, ग्राम्य आणि अश्लील ठरवण्यात आलेले आहे. प्रमाण-भाषेला जो अभिजात दर्जा आणि दंभ आहे, तो बोलीला नाही. दलितांची बोलीभाषा ही त्यांची नित्याची, दैनंदिन जीवनातली भाषा आहे. मुळातच सवर्ण समाजापासून वेगळे राहिलेल्या दलितांची बोलीभाषा ही सवर्ण समाजाच्या भाषेपेक्षा वेगळी आहे. दलितांच्या जगण्यातले संदर्भ आणि तपशील हे अभिजनवर्गापेक्षा निश्चितच वेगळे असणार! त्यामुळे दलित

लेखकांनी आपले अनुभव आपल्या बोलीतूनच व्यक्त केले आहेत. दलितांच्या जातिविशिष्ट अनुभवांबरोबरच दलितांची जातिविशिष्ट बोली साहित्यात व्यक्त झाल्यामुळे दलितांच्या शिव्यांनाही ओव्यांचे स्वरूप प्राप्त झाले. दलित लेखकांना आपला अनुभव जसाच्या तसा व्यक्त करण्यासाठी प्रमाणभाषा तोकडी वाटली. हा दलित साहित्यातला आरंभीचा काळ होता. पण पुढल्या काळात दलित लेखकांनी बोलीभाषेबरोबरच आपल्या लेखनासाठी प्रमाणभाषाही वापरली आहे. दलितांच्या बोलीभाषेमुळे अनेक नवीन शब्द, म्हणी, वाक्प्रचार ह्यांची मराठी साहित्यात भर पडली आहे.

प्रश्न : दलित साहित्याची वाङ्‌मयमूल्ये कोणती?

शरणकुमार लिंबाळे : वेदना, विद्रोह आणि नकार ह्या भावना दलित साहित्यात ज्या पद्धतीने आणि प्रमाणात व्यक्त झाल्या आहेत, त्यामुळे त्यांचा दलित साहित्याच्या स्वरूपावर आणि शैलीवर परिणाम झालेला दिसून येतो. बंडखोर, आक्रमक, शिवराळ, वास्तववादी आणि जीवनवादाने रसरसलेली वाङ्‌मयीन मूल्ये दलित साहित्यात व्यक्त झाली आहेत. दलित लेखकांची विद्रोही अभिव्यक्ती आणि धर्मव्यवस्थेला नकार देणारी क्रांतिकारी मानसिकता ह्यांचा दलित साहित्याच्या वाङ्‌मयीन स्वरूपावर परिणाम झालेला आहे. दलित लेखकांनी समता-स्वातंत्र्य आणि बंधुता ह्या मानवी मूल्यांनाच वाङ्‌मयीन मूल्यांच्या ठिकाणी प्रस्थापित केलेले आहे. सत्यं-शिवमं-सुंदरम् ह्या व्यवस्थेला पर्याय म्हणून दलित लेखकांनी समता-स्वातंत्र्य-बंधुता ही मूल्ये पुढे आणली आहेत.

प्रश्न : दलित साहित्याचे भवितव्य काय?

शरणकुमार लिंबाळे : समाजरचना जशी बदलत जाईल, काळ आणि परिस्थितीमध्ये जसे बदल होतील, तसे दलित साहित्याच्या स्वरूपामध्ये बदल होतील. जोवर विषम व्यवस्था अस्तित्वात आहे, तोवर दलित साहित्य अमर आहे. पुढल्या काळात दलितांची व्याप्ती वाढेल. व्यापक सामाजिक-राजकीय भूमिकेतून नवी व्यूहरचना करावी लागेल. अशामुळे दलित साहित्यात अनेक सामाजिक स्तर येऊन दाखल होतील. दलित लेखकांचे विषय, दलित लेखकांच्या विषयांची चौकट मोठी होईल. अनेक भाषा आणि प्रदेशांमधील दलित साहित्यामुळे दलित लेखकांना नव्या दिशा गवसतील. जागतिकीकरणाच्या

फायद्या-तोट्यांमुळे दलित साहित्यापुढे नवी आव्हाने निर्माण होतील. ह्या सगळ्यामुळे दलित साहित्याचा वेग आणि विस्तार वाढतच राहणार आहे.

■■■

२. ग्रंथसूची

१. भालेराव (डॉ.) विमल : (सं.) समकालीन साहित्य : प्रवृत्ती आणि प्रवाह, नागपूर. मे १९८५

२. भालेराव (डॉ.) विमल : ''आधुनिक मराठी वाङ्मयातील स्त्रियांची आत्मचरित्रे : एक अभ्यास'', नागपूर, १९८६

३. कऱ्हाडे (डॉ.) सदा : चरित्र आणि आत्मचरित्र. मुंबई, १९७६

४. गाडगीळ गंगाधर : साहित्याचे मानदंड, मुंबई, १९६२

५. कुलकर्णी (प्रा.) वा. ल. : वाङ्मयीन टीपा आणि टिप्पणी, मुंबई १९७०

६. कुलकर्णी कृ.पां. : कृष्णाकाठची माती, मुंबई, १९६१

७. संत जान्हवी : चरित्र आत्मचरित्र. कोल्हापूर, १९६८

८. नलगे (प्रा.) चंद्रकुमार,पानतावणे (डॉ.) गंगाधर : (सं.) दलित आत्मकथन, पुणे १९८६

९. मुलाटे (प्रा.) वासुदेव : ''सहा दलित आत्मकथने : एक चिंतन'', औरंगाबाद, १९८५

१०. कुलकर्णी (डॉ.) आरती : दलित स्वकथने : साहित्यरूप, नागपूर, जाने. १९९१

११. कुलकर्णी गो. म. : (सं.) ''दलित साहित्य : प्रवाह आणि प्रतिक्रिया'', पुणे, जाने. १९८६

१२. पवार दया : "बलुतं : एक वादळ", मुंबई १९८७

१३. कोतापल्ले (डॉ.) नागनाथ : "ग्रामीण साहित्य : स्वरूप आणि शोध", पुणे, १९८५

१४. चव्हाण रामनाथ : "जाती आणि जमाती", पुणे, एप्रिल, १९८९

१५. जाधव (प्रा.) रा. ग. : निळी पहाट, पुणे. जून १९७९

१६. पानतावणे (डॉ.) गंगाधर : चैत्य, पुणे, १९९०

१७. खांडगे भास्कर : दया पवार यांच्या साहित्याचा अभ्यास, पुणे, १९८९

१८. जाधव (प्रा.) रा. ग. : साहित्य आणि सामाजिक संदर्भ, पुणे, १९७५

१९. कुलकर्णी (प्रा) गो. ग. : साहित्य : दलित व ललित, पुणे, १९७७

२०. फडके भालचंद्र : दलित साहित्य : वेदना आणि विद्रोह, पुणे, १९७७

२१. खरात शंकरराव : दलित वाङ्मय : प्रेरणा आणि प्रवृत्ती, पुणे, १९७८

२२. बाबुराव बागुल : दलित साहित्य : आजचे क्रांतिविज्ञान, नागपूर, १९८१

∎∎∎

३. नियतकालिकांची सूची

१. अस्मितादर्श, औरंगाबाद, दिअं. १९८३, जाफेमा, १९८५

२. साहित्यसूची, पुणे दिअं. १९८७

३. महाराष्ट्र साहित्य-पत्रिका, पुणे, दिअं.१९८३, एमेज् १९७६

४. सुगावा. पुणे दिअं १९८८. सप्टें. १९८५

५. संचेतना, नवी दिल्ली, दलित साहित्य विशेषांक. डिसें. १९८१

६. अनुष्टुभ, धुळे, जुलै-ऑगस्ट १९८१

७. ऋतुगंध, नागपूर, दिवाळी १९८७

८. आकंठ, मुंबई, दिअं १९८९

९. अबकडई मुंबई दिअं. १९८६

१०. समुचित नागपूर, जुआस, १९८५

११. दिव्यध्वनी, औरंगाबाद, युवक चेतना, दिवाळी विशेषांक, १९८६

१२. नवभारत वाई, मार्च १९८५

१३. साप्ता. सोबत. पुणे, २३ सप्टें. १९८४

१४. दै. संचार, सोलापूर ७ मे १९८९, ५ फेब्रु १९८९

१५. लोकमत, साहित्य जत्रा, नागपूर, जळगाव : १ते ४ ऑगस्ट, १९८५, १-४-१९९०, २२ डिसें १९८५

१६. अक्षरवैदर्भी, अमरावती, सप्टें. १९८६, नोडिजा, १९८६

१७. दै. केसरी, पुणे सोलापूर, २५ मार्च १९९०, १६ जून १९८५

१८. दै. तरुण भारत, सोलापूर १९.२.१९८९

१९. महाराष्ट्र टाइम्स, मुंबई. ११.डिसें.८८, १३ डिसें. १९८९

२०. दै. सकाळ, पुणे, १७ मार्च १९८५, ११ सप्टें. १९८८

२१. दै. श्रमिक विचार, पुणे, ३१ मार्च १९८५, २१ फेब्रु. १९८५

२२. साप्ता. लोकप्रभा, मुंबई. ३ फेब्रु. १९८५

२३. युगवाणी, नागपूर, जाफेमा १९८६

२४. दै. तरुण भारत, नागपूर, २० जून १९८६. रवि. आवृत्ती

२५. साधना, पुणे, ६ जून १९८५

■■■

www.ingramcontent.com/pod-product-compliance
Lightning Source LLC
LaVergne TN
LVHW090002230825
819400LV00031B/485